यज्ञकुंड

वि. स. खांडेकर

मेहता पब्लिशिंग हाऊस

◆ *या पुस्तकातील लेखकाची मते, घटना, वर्णने ही त्या लेखकाची असून त्याच्याशी प्रकाशक सहमत असतीलच असे नाही.*

YADNYAKUNDA by V. S. KHANDEKAR

यज्ञकुंड : वि. स. खांडेकर / कथासंग्रह

© सुरक्षित

मराठी पुस्तक प्रकाशनाचे हक्क मेहता पब्लिशिंग हाऊस, पुणे.

प्रकाशक   : सुनील अनिल मेहता, मेहता पब्लिशिंग हाऊस,
           १९४१, सदाशिव पेठ, माडीवाले कॉलनी, पुणे – ३०.

अक्षरजुळणी : पितृछाया मुद्रणालय, ९०९, रविवार पेठ, पुणे ३०.

प्रकाशनकाल : १५ नोव्हेंबर, १९७६ / सप्टेंबर, २००१ / एप्रिल, २००४ /
           सप्टेंबर, २००६ / जानेवारी, २०११ / जुलै, २०१५ /
           पुनर्मुद्रण : जून, २०१७

मुखपृष्ठ   : शैलेश मांढरे

P Book ISBN 9788177662320
E Book ISBN 9788184986570
E Books available on : play.google.com/store/books
                    m.dailyhunt.in/Ebooks/marathi
                    www.amazon.in

अनुक्रम

यज्ञकुंड / १

देवदूत / १४

शिष्याची शिकवण / २६

तेरड्याची फुले / ३२

यज्ञकुंड

उशाजवळच्या छोट्या तिपाईवर ठेवलेल्या घड्याळाकडं दादांनी पाहिलं. किती वाजले हे त्यांना नीट दिसेना. सत्तरी उलटून गेली तरी घड्याळ पूर्वीइतकंच दुरून स्पष्ट दिसावं ही अपेक्षाच चुकीची नाही का ?

सत्तरी ! क्षणभर त्यांचं अंग शहारलं. अलीकडं वयाचा विचार मनात आला की, नकळत मरणाच्या कल्पनाही तिथं डोकावू लागत. तीसच्या नि बेचाळीसच्या चळवळीत भाग घेताना मृत्यूची भीती त्यांना कधीही वाटली नव्हती. रस्त्याच्या कडेला बसलेल्या आंधळ्या भिकाऱ्याच्या थाळीत जाता जाता एखादा पैसा देऊ असं त्या काळी त्यांना वाटत असे. तो काळ आता तीस वर्षांनी मागं पडला होता. अनामिक भीतीच्या सावल्या सभोवताली दाटत होत्या. स्वतःची मरणाची कल्पना मनात आली, की आपण अस्वस्थ होतो हे त्यांना जाणवू लागलं. पण उमेदीची सारी उमर स्वातंत्र्याच्या चळवळीत घालविलेल्या त्यांच्या मनाला या क्षणिक भयाचीसुद्धा शरम वाटू लागे. मग ते पुन्हा स्वतःशीच पुटपुटत, 'या मातीच्या गोळ्यावर माणसाचं इतकं प्रेम असतं ? म्हणजे शेवटी जो तो स्वतःसाठी जगतो हेच खरं का ? स्वतःसाठी, स्वतःच्या सुखासाठी, स्वतःच्या स्वास्थ्यासाठी जो तो धडपडत असतो हेच खरं ! नाहीतर आपल्या या म्हाताऱ्या हाडांच्या जगण्याच्या उत्कट इच्छेचा दुसरा अर्थ काय ?'

या प्रश्नांची उत्तरं शोधण्याचा ते प्रयत्न करू लागले की, सारं पूर्व आयुष्य दत्त म्हणून त्यांच्या डोळ्यांपुढं उभं राही. आपल्या देशभक्तीच्या पायी बायकोचे झालेले हाल-आठवण म्हणून एक मुलगा मागं ठेवून तिनं अकाली घेतलेला जगाचा निरोप, त्या मुलाला वाढविताना आपल्याला पडलेले कष्ट,-सारं सारं त्यांना आठवलं. मुलगा मोठा होऊन कामधंद्याला

लागला. त्याचं लग्न झालं. आपल्याला नातू झाला. पण त्यानंतर लवकरच बसच्या अपघातात सापडून मुलगा आणि सून ही दोघंही दगावली. पोर तेवढ बचावलं. पुन्हा संसाराचा मागचा पाढा सुरू झाला. नातवाला वाढविणं मोठं कठीण होतं. आपलं वय उताराला लागलेलं. पैशाची चणचण नित्याचीच. स्वातंत्र्य लढ्यातल्या काही सहकाऱ्यांनी हस्ते, परहस्ते मदत केली. दिलीप हुशार निघाला. पुढे स्वातंत्र्यसैनिक म्हणून आपल्याला शासनानं मानधन दिलं. दरीत कोसळून चक्काचूर होणार असं ज्या गाडीविषयी वाटत होतं, ती मार्गावर राहिली. दिलीप आर्किटेक्ट झाला. परीक्षेत पहिला नंबर आल्यामुळं त्याला अमेरिकेत जायची संधी मिळाली.

पन्नासाहून अधिक वर्षांचा हा प्रदीर्घ चित्रपट ! पण पाच मिनिटांतच तो दादांच्या डोळ्यांपुढून झर झर सरकत जाई. बायकोच्या आठवणीनं क्षणभर गळ्यात हुंदका दाटल्यासारखा वाटे. मनात येई-स्वातंत्र्यसैनिक म्हणून मानधन मिळालं मला. पण त्या लढ्याच्या काळात सारे हाल भोगले तिनं ! आपण वर्ष वर्ष तुरुंगात होतो. त्या काळात काबाडकष्ट करून तिनं प्रपंच कसा चालविला ते तिचं तिलाच माहीत ! आज ती असायला हवी होती. या मानधनाच्या मीठभाकरीवर तिचा खरा हक्क होता. आपला नातू परदेशातून शिकून आला आहे. त्याला मोठ्या पगाराची नोकरी मिळाली आहे. लवकरच आपल्याला नातसून येणार आहे, तिचं कौतुक करता करता केव्हा तरी आपल्याला देवाघरचं बोलावणंही येणार आहे. हे तिला अनुभवायला मिळालं असतं तर किती बरं झालं असतं ! पण-नियती ही मोठी क्रूर वाघीण आहे ! माणसाच्या दु:खाची चटक तिला नेहमीच लागलेली असते. ही वाघीण या ना त्या रूपानं प्रत्येकाच्या जीवनात प्रवेश करते. आपल्या आयुष्यातही तसंच झालं.

त्यांचे विचार या टप्प्यापर्यंत आले म्हणजे दिलासा देणारी एक नवी कल्पना त्यांचं समाधान करू लागे. मरणाचं आपल्याला भय वाटतं ते काही केवळ स्वत:च्या प्राणाच्या भीतीमुळं नव्हे. माणसाचं स्वत:वर आंधळं प्रेम असतं म्हणूनही नव्हे आपण दिलीपसाठी जगतो. आपल्याप्रमाणं आपल्या नातवानंही मातृभूमीची सेवा करावी नि ती आपण डोळ्यांनी पाहावी या इच्छेनं आपण जगतोय. आता देश स्वतंत्र झाला आहे. तेव्हा देशसेवेचे मार्गही निराळे झाले पाहिजेत. दिलीप परतून आल्यावर आपण त्याला म्हणणार, 'पोरा, तुला आवडेल त्या मुलीशी तू लग्न कर ! नातसून

अशी हवी अन् तशी नको असा आग्रह मी एका शब्दानंही तुला करणार नाही. मात्र एक गोष्ट तू करायला हवीस. घर बांधायचं नवं शास्त्र तू शिकून आला आहेस ना ? त्याच्यावर तू पैसा मिळवशील. पण तुझ्या या विद्येचा उपयोग तुझ्या गोरगरीब देशबांधवांनाही व्हायला हवा. सकाळी फिरायला जाताना झोपडपट्टीत राहणारी माणसं मी रोज बघतो. त्यांचं जीवन पाहून माझ्या पोटात कालवाकालव होते. या लोकांना परवडतील अशी छोटी, सुंदर, सोयिस्कर, मातीची घरं बांधता येणार नाहीत का रे दिलीप ? ही सिमेंट काँक्रिटची श्रीमंती आपल्या देशातल्या मूठभर लोकांच्या बाबतीत ठीक आहे. पण बाकीच्यांनी काय करायचं ? जो गोरगरिबांच्या मदतीला धावून जात नाही तो शूर कसला ? जी गोरगरिबांची दुःखं हलकी करू शकत नाही ती विद्या कसली ?'

आणि मग दादांच्या डोळ्यांपुढं एक भव्य स्वप्न तरळू लागे. वास्तुशास्त्रज्ञ दिलीपचा लौकिक सर्वत्र पसरला आहे. अगदी थोडक्या खर्चात बांधता येण्याजोग्या दोन खोल्यांच्या मातीच्या सुंदर घराचा नमुना त्यानं तयार केला आहे. दिल्लीपर्यंत त्याचं नाव पोचलं आहे. अशा प्रकारची छोटी घरं सर्वत्र बांधण्याच्या योजनेचा सरकार विचार करीत आहे आणि दिलीपला सन्मानपूर्वक दिल्लीला बोलावण्यात आलं आहे ! या स्वप्नात ते रमून गेले म्हणजे तहान भूक विसरून जात. पुनः पुन्हा ते स्वप्न मनात घोळवीत. आताही एखाद्या लहान मुलाप्रमाणं या स्वप्नाच्या रंगीबेरंगी खेळण्याशी ते खेळू लागले.

आभाळात मोठा गडगडाट झाला. दादा स्वप्नातून जागे झाले. बाहेर अंधारू लागलं. दादा खिडकीपाशी येऊन उभे राहिले. आकाशात दाटलेल्या काळसर ढगांकडं त्यांनी दृष्टी वळविली. यंदा पावसानं फार ओढून धरलं होतं. पावसाळा हा जवळजवळ दुसरा उन्हाळा ठरला होता. साऱ्या ज्योतिष्यांनी वर्तविलेली पावसाची भविष्यं खोटी ठरली होती मात्र गेले चार-पाच दिवस दुपारी आभाळ अंधारून यायला लागलं होतं. पण चार शिंतोडे टाकण्यापलीकडे आभाळात भाऊगर्दी करणाऱ्या ढगांनी तहानलेल्या पृथ्वीला दुसरं काही दिलं नव्हतं. भरून आलेल्या आभाळाकडं धरणी आशाळभूतपणानं पाहात होती. आज काय घडणार होतं देव जाणे ! पाऊस कोसळून तिची तहान भागणार होती की नाही हे नक्की कोण सांगू शकणार? निसर्ग जितका दयाळू तितकाच लहरी आहे.

घामेजलेलं अंग हातातल्या मोठ्या खादीच्या रुमालानं पुसत आणि आभाळाकडं साशंक दृष्टीनं पाहात दादा काही वेळ तसेच उभे राहिले असते; पण कोपऱ्यावरून वळलेला पोस्टमन त्यांना दिसला. आजतरी दिलीपचं पत्र येणार आहे का ? महिना झाला, 'तुम्हाला भेटायला लवकर येणार आहे' असं त्यानं लिहिलं होतं. त्याला रजा मिळाली असेल का ? तो केव्हा निघणार आहे ? इकडे केव्हा येईल ? तो पूर्वीसारखा सडपातळ राहिला असेल की अंगानं भरला असेल ? तो आपल्याला भेटेल तेव्हा वाकून नमस्कार करील की...

इतक्यात पोस्टमन खिडकीपाशी आला. त्यानं एक पोस्टकार्ड दादांच्या हाती दिलं. दादांनी पत्त्याच्या अक्षराकडं पाहिलं. ते दिलीपचंच होतं. त्यांनी पटकन वाचायला सुरुवात केली. पत्र होतं इंग्रजीत. त्यात एवढाच मजकूर होता.

'मी आज मुंबईला येऊन पोचलो. लवकरच तुम्हाला भेटायला येत आहे.'

तुमचा
दिलीप

त्या दोन ओळी किती वेळा वाचल्या तरी दादांची तृप्ती होईना. मात्र मधूनच त्यांच्या मनात नाना प्रकारच्या शंका डोकं वर काढू लागल्या. दिलीपनं हे जुजबी पत्र का पाठविलं ? आणखी चार ओळी त्यानं लिहिल्या असत्या तर ? कसल्या गडबडीत आहे तो इतका ? अमेरिकेतून त्यानं वेळेवर पत्र पाठविलं असतं तर त्याला उतरून घेण्यासाठी आपण मुंबईला धावत गेलो असतो. पण ते काही त्याला सुचलं नाही. नोकरीच्या कामात तो तिकडे अहोरात्र गढून गेला असेल काय ? कदाचित त्याची प्रकृती बरी नसेल, पत्रात अवघ्या दोन ओळी त्यानं लिहिल्या आहेत; पण आपण नक्की केव्हा येणार हे लिहायला तो विसरला. मुंबईत त्याचं एवढं निकडीचं काम काय असावं ? एखाद्या बड्या नोकरीचा पत्ता लागून तिच्यासाठी खटपट करायला तर तो तिथं राह्यला नसेल ? ते काहीही असो ? आपल्याबरोबर तो इकडे आला असता आणि आपल्याला भेटून परत मुंबईला गेला असता तर आपलं मन अगदी निश्चिंत झालं असतं.

दादा स्वतःशीच हसले. त्यांच्या मनात आलं—मनुष्य नेहमी आपल्या भावना इतरांवर लादण्याचा प्रयत्न करतो हेच खरं ! आता आपलं वय झालं. या जगाशी आपल्याला बांधून ठेवणारा दिलीप हा शेवटचा तंतू.

त्यामुळे आपलं सारं सुखदु:ख त्याच्या ठिकाणी एकवटलंय. तो केव्हा भेटेल या विचारानं आपल्याला अस्वस्थ करून सोडलंय. पण आपण एक गोष्ट पूर्णपणे विसरून गेलो आहोत. वृद्ध आणि तरुण यांच्या मनाचे प्रवाह नेहमी उलट्या दिशेने वाहत असतात. तरुण माणसं उद्याच्या स्वप्नाचे पंख पसरून चांदण्या वेचायला वर वर जाऊ इच्छितात. वृद्ध माणसं धुळीत पडलेल्या कालच्या स्वप्नांचे तुकडे उचलून ते उराशी जपून ठेवण्याकरिता जीव पाखडीत असतात. दिलीप केव्हा भेटतो असं आपल्याला झालंय, पण त्याच्या तरुण मनाला या भेटीची आपल्याइतकी ओढ कशी लागेल? मुंबईत त्याचे वर्गसोबती असतील, मित्रस्नेही असतील. अमेरिकेला जाण्यापूर्वी ओळखदेख झालेली एखादी मैत्रीणही असेल ? त्या सर्वांना भेटण्यात आणि त्यांच्याशी दिलखुलास गप्पा-गोष्टी करण्यात तो रंगून गेला असला तर त्यात त्याचा दोष काय ? तरुणांचं जीवन हे अनेक पात्र असलेलं नाटक असतं. या अनेकांपैकी एक ही आपली भूमिका. पण आपल्या जीवनाचं नाटक तसं नाही. ते झालंय एकपात्री. दिलीपशिवाय त्यात दुसऱ्या कुणाला स्थान नाही.

अशा स्वैर कल्पना करीत आणि त्या कल्पनांनी आपल्या मनाचं समाधान करून घेत दादा खिडकीपाशी तसेच उभे राहिले. किती वेळ गेला हे त्यांचं त्यांनाच कळलं नाही. त्यांच्या पोटऱ्या दुखू लागल्या, तेव्हा कुठं आपण फार वेळ उभे आहोत हे त्यांच्या लक्षात आलं. दुपारी पुरी विश्रांती न मिळाल्यामुळं जड जड वाटणारं अंग अंथरुणावर टाकावं असा विचार त्यांच्या मनात आला. त्यांची नजर बाहेरच्या आभाळाकडं गेली. आता ते निवळलं होतं. मघाशी गोळा झालेले ढग कुठं गेले, कसे, केव्हा ते पांगले, हे त्यांचं त्यांनाच कळलं नव्हतं.

दादा 'हुश्श' करीत अंथरुणावर पडले, या कुशीवरून त्या कुशीवर झाले, डोळे मिटून स्वस्थ राहिले. पण त्यांच्या मनाचा चाळा काही केल्या थांबेना. त्यांचं मन सारखं दिलीपच्या त्या दोन ओळींच्या पत्राभोवती प्रदक्षिणा घालीत होतं.

पाच-दहा मिनिटं अशा अस्वस्थ मन:स्थितीत काढून ते उठले. मन स्वस्थ करणारं एक हुकमी औषध त्यांच्यापाशी होतं. ते म्हणजे गांधीजींचं एकुलतं एक पत्र-पत्नीच्या मृत्युनंतर आलेलं चार वाक्यात जगातला सर्व धीर एकवटणारं !

ते उठले, कोपऱ्यातल्या देवदारी खोक्याच्या कपाटाशी आले. कपाट उघडून वरच्या कप्प्यात ठेवलेलं गांधीजींचं पत्र उचलण्याकरिता त्यांनी आत हात घातला. पत्र तिथं नव्हतं. पत्राऐवजी हाताला दुसरं काही तरी जाड जाड लागलं. ते काय असावं हे चटकन त्यांच्या लक्षात येईना. त्यांनी ते उचलून, उघडून पाहिलं. तो होता फोटो-वीस एकवीस वर्षे वयाच्या हसऱ्या चेहऱ्याच्या मुलीचा फोटो-दादा मनात चपापले. या फोटोची गोष्ट ते विसरूनच गेले होते. त्यांच्या एका दिवंगत स्नेह्याच्या मुलीचा फोटो होता तो. ते स्नेही तुरुंगामध्ये दादांच्याबरोबर होते. पुढं दिलीपच्या शिक्षणालाही त्यांनी हातभार लावला होता. त्यानंतर व्यापारात अचानक ठोकर बसून त्यांचं सर्वस्व गेलं. त्यामुळं त्यांनी हाय खाल्ली. विकल मन:स्थितीतच हे जग सोडलं. ही त्यांची सर्वात धाकटी मुलगी कुठल्यातरी दूरच्या आप्तापाशी राहात होती. त्यांनी नुकतीच तिला दादांना दाखवण्याकरिता आणली होती. दिलीपला ती करून घ्यावी म्हणून ते दादांपाशी फोटो ठेवून गेले होते.

दादा एकटक त्या फोटोकडं पाहात राहिले. मुलगी मोठी गोड होती. नातसून म्हणून ती घरात आली, तर त्यांना हवीच होती. त्या स्नेह्यांच्या ऋणातून सहजासहजी मुक्त होण्याचा मार्ग होता तो. पण दिलीपला पसंत पडली नाही तर ? छे ! इतक्या मोठ्या झालेल्या आणि साऱ्या जगाचं पाणी चाखलेल्या मुलावर वडील माणसांनी लग्नाच्या बाबातीत कसलीही सक्ती करणं मूर्खपणाचं ठरेल. दिलीपला आपण हा फोटो दाखवू; त्याला मुलगी पसंत पडली, तर दुधात साखर पडेल. पण आपण त्याच्यापाशी हट्ट धरायचा तो 'ही मुलगी कर' किंवा 'ती करू नकोस' असं नाही. त्यानं आपली विद्या या देशातल्या गोरगरिबांच्या कारणी लावावी एवढंच मागणं आपण त्याच्यापाशी मागितलं पाहिजे. पिढ्या येतात आणि जातात. पण देशभक्तीचा नंदादीप प्रत्येक पिढीत तेवत राहायला हवा.

दादा पुन्हा दिलीपविषयीच्या स्वप्नात गुंग होऊन गेले. उन्हं केव्हा उतरली हेही त्यांच्या ध्यानात आलं नाही.

तीन-चार दिवस असेच गेले-अगदी कंटाळवाणे, मिनिटकाटा तासकाट्याच्या गतीनं फिरत आहे असं वाटायला लावणारे ! मुंबईची गाडी बरोबर साडेसातला येई. तिच्या इंजिनाच्या शिट्ट्या मोठ्या उत्सुकतेनं ऐकत. या गाडीनं दिलीप आला असेल. आता पाच-दहा मिनिटांत

त्याचा टांगा खडखडत दाराशी उभा राहील, या कल्पनेनं त्यांचं मन फुलून जाई. पण घड्याळाचा तासकाटा आठावरून नवावर गेला की त्यांचं फुललेलं मन एकदम कोमेजत असे. मग जड अंत:करणानं ते पोटपुजेच्या कामाला लागत. भात, आमटी शिजवून चार घास पोटात ढकलीत. दुपारी अंथरुणावर पडल्या पडल्या दिलीपची कुठलीही अडचण होऊ नये म्हणून आपल्याला काय काय करावं लागेल याचा विचार करीत ते वेळ घालवीत. संध्याकाळी घराबाहेर पडून त्या साऱ्या गोष्टी उरकून टाकीत. दिलीप आल्यावर स्वयंपाकाला येण्याविषयी त्यांनी एका ओळखीच्या बाईला सांगून ठेवलं होतं. एका मित्राकडून टेबल आणवलं होतं. दिलीपच्या अंथरुणावर चांगला झुळझुळीत पलंगपोस असावा म्हणून त्यांनी दोन नव्या रंगीत चादरी विकत आणून ठेवल्या होत्या. दिलीप शाळेत असताना डिंकाचे लाडू त्याला फार आवडायचे. त्या लाडवांचं सारं साहित्य त्यांनी गोळा करून ठेवलं होतं. अशा रीतीनं नातवाच्या स्वागताची त्यांनी जय्यत तयारी केली होती. पण रोज सकाळी कितीही वेळ वाट पाहिली तरी मुंबईहून दिलीप येत नव्हता; आणि नंतरच्या टपालानं त्याचं पत्रही येत नव्हतं.

दादांचा जीव टांगल्यासारखा झाला. दिवस कसाबसा निघून जाई. पण रात्र मनाला उगीचच जीवघेणी टांगणी लावी. दिलीप अजून आला नाही. तो का आला नसावा, या प्रश्नाचं उत्तर ते शोधू लागत. काही केल्या ते सापडत नसे. मग मन स्वस्थ करण्याकरिता ते अंथरुणावर कपाटापाशी जात आणि गांधीजींचं पत्र मोठ्या भक्तिभावानं वाचीत बसत. त्या हिंदी पत्रात एवढाच मजकूर होता-''प्रिय दादाजी,

तुमच्या पत्नीच्या मृत्यूची वार्ता नुकतीच मला कळली. ती ऐकून फार वाईट वाटलं.

मृत्यू हा सृष्टिक्रमाचाच एक भाग आहे, हे आपण सारेच जाणतो.

देहाच्या स्वातंत्र्यलढ्यातले तुम्ही एक शूर सैनिक आहात.

महाराष्ट्र हे कार्यकर्त्यांचं मोहोळ आहे, असं मी नेहमी म्हणतो ते तुमच्यासारख्यांच्या जिवावरच! या दु:खाच्या प्रसंगीही तुम्ही धीर सोडणार नाही याची मला खात्री आहे.

पत्नीच्या स्मरणानं तुमच्या डोळ्यांत अश्रू येणं स्वाभाविक आहे. पण या देशातील कोट्यावधी दलितांचे आणि दु:खितांचे तप्त अंत:करण

शांत करायला त्या अश्रूंची जरुरी आहे, हे विसरू नका.

तुमची पत्नी वीरपत्नी होती. तिनं हाल, कष्ट भोगले ते देशाच्या पायी, देशाच्या स्वातंत्र्याकरिता जे यज्ञकुंड पेटलं आहे हे त्यात तिनं आनंदानं आपली आहुती दिली. अशा दिव्य बलिदानाबद्दल कोण शोक करीत बसेल ? दादाजी, एक गोष्ट लक्षात असू द्या-देशातलं दारिद्र्य, अज्ञान आणि विषमता दूर करण्याकरिता स्वातंत्र्य मिळाल्यानंतरही हे यज्ञकुंड पिढ्यान् पिढ्या प्रज्वलित ठेवावं लागणार आहे. तुम्ही आम्ही आज आहोत, उद्या असणार नाही. पण तुमच्या-आमच्या मुलांनी, नातवांनी त्यांच्या मुलानातवांनी हे यज्ञकुंड सारखं प्रज्वलित ठेवलं पाहिजे. जीवनामध्ये जे जे अमंगल असेल ते-ते या यज्ञकुंडातल्या ज्वालांत भस्मसात होईल अशी काळजी घेतली पाहिजे.

अधिक काय लिहू ?

बापूचे आशीर्वाद.''

हे पत्र वाचलं की, दादांच्या मनातलं सारं मळभ नाहीसं होई. तापलेल्या धरणीवर शीतल पर्जन्यधारा पडाव्यात तसं त्यांना वाटे, स्मृतिरूप झालेल्या त्या जुन्या मंतरलेल्या काळात त्यांचं मन स्वच्छंद भ्रमण करीत राही. त्यातल्या गारव्यानं हळूहळू झोपी जाई.

आठव्या दिवशी सकाळी साडेनऊ वाजता, 'आजही दिलीप आला नाही' म्हणून निराशेचा सुस्कारा टाकीत ते चुलीची आराधना करू लागले. इतक्यात अंगणातल्या फरशीवर कुणाच्या तरी बुटांचा होणारा खाड खाड आवाज त्यांनी ऐकला. ते लगबगीनं दाराकडे आले, समोरून येणाऱ्या व्यक्तीकडे निरखून पाहू लागले.

तो दिलीपच होता. पोरगा अंगानं चांगला भरला होता. चेहरा अधिक उजळ झाला होता. पण हा आला केव्हा? त्याच्या हातात साधी बॅगसुद्धा नाही याचा अर्थ काय? या वेळेला तर कुठलीच गाडी नाही. का कुणा मित्राची गाडी घेऊन तो मुंबईहून आला आहे? पण ती गाडी कुठाय?

गोंधळून गेलेल्या दादांना काय बोलावं हे सुचेना. ''ये बाबा!'' असं पुटपुटत किंचित वाकून नमस्कार करणाऱ्या दिलीपच्या पाठीवरून त्यांनी हात फिरवला. मग ते झटकन पुढं झाले. त्यांनी खिडकीपाशी खुर्ची आणून ठेवली, दिलीपला त्या खुर्चीवर बसवत त्यांनी विचारले, ''अरे, तू आलास केव्हा?'' पण आपल्या शब्दात पुरेसा ओलावा नाही असं वाटून ते उद्गारले,

"पुराणात नारदाची स्वारी अचानक कुठंही अवतीर्ण होत असे. तुला पाहून लहानपणी ऐकलेल्या त्या गोष्टीची आठवण झाली मला!"

आपल्या या बोलण्यानं दिलीप थोडासा हसेल आणि काही तरी मजेदार उत्तर देईन अशी त्यांची अपेक्षा होती, पण तसं काहीच झालं नाही. बसल्या बसल्या दिलीप खोलीच्या विटक्या रंगाचं आणि भिंतीच्या पोपड्याचं निरीक्षण करीत होता. ते दादांच्या लक्षात आलं. आपला नातू एवढा वास्तुशास्त्रज्ञ होऊन आला. वडिलोपार्जित घरातली ही जुनाट खोली आता त्याला कशी आवडणार ? ते हसत म्हणाले, "बाबा हे जुनं घर होतं, त्याचं थोडं भाडं येत होतं, म्हणून माझे मधले दिवस निभावले. हे घर कसंही असो त्यानं तुला, मला सावली दिली आहे. उद्या तू मिळवता झालास म्हणजे याचं सारं रंगरूप बदलून जाईल, या जुनाट घराच्या जागी नवा टुमदार बंगला उभा राहील !"

दिलीप क्षणभर काहीच बोलला नाही. मग आवंढा गिळून तो म्हणाला, "या घराची काळजी तुम्हाला कशाला हवी आजोबा ? मी कुठंही असलो तरी तुम्हाला सुखात राहता येईल तेवढे पैसे दरमहा अगदी आठवणीनं पाठवीन."

दिलीपच्या बोलण्यात वावगं असं काहीच नव्हतं. पण तो आल्याबरोबर भावनेनं भरलेलं सुंदर वातावरण निर्माण होण्याचं जे स्वप्न दादा मनाशी रंगवीत आले होते, त्याचा त्यांना कुठंच पत्ता लागेना. विषय बदलण्याच्या हेतून ते म्हणाले, "ते जाऊ दे रे, मला तू नि तुला मी आहोत या जगात इन मिन दोन माणसं ? आपण कुठंही, कसंही सुखानं राहू. पण तू आलास कसा हे तरी आधी सांगशील मला?"

"साडेसातच्या गाडीनं आलो मी."

"साडेसातला आलास तू ? मग इतका वेळ होतास कुठं ?"

दादांच्या दृष्टीला दृष्टी न देता दिलीप उत्तरला, "ते तुमचं अलका हॉटेल आहे ना, तिथं उतरलो. स्नान वगैरे सारं आटोपलं."

"अरे, तुझी सारी सोय इथं झाली असती ! हे तुझंच घर नाही का?"

कृत्रिम हास्य करीत दिलीप म्हणाला, "तुमचं वय झालंय आजोबा. तुम्हाला किती त्रास द्यायचा ?"

"अमेरिकेत कुणी कुणाच्या घरी उतरत नाही. जो तो हॉटेलात उतरतो. तिथं स्वातंत्र्य अधिक असतं. दुसऱ्याला त्रासही द्यावा लागत

नाही. हातातलं काम झटपट उरकायचं आणि पुढल्या कामाला लागायचं ही आहे अमेरिकन जीवनाची शिस्त.''

"हे बघ दिलीप, तू या गावात काही कामासाठी आला असतास तर हे सारं ठीक होतं. पण तू आला आहेस आपल्या जन्मगावी, स्वतःच्या घरी. अरे, इथल्या ओळखीदेखीच्या माणसांशी बोलायला पंधरवडा पुरणार नाही तुला. शिवाय कोकणात कुलदेवतेच्या दर्शनाला जाऊन यायला हवं. तू शिकत होतास तेव्हा एकच हायस्कूल रुटूखुटू चालत होतं इथं. आता त्या एकाची तीन झाली आहेत. पुढल्या वर्षी कॉलेज निघणार आहे ! आहेस कुठं तू ? आला आहेस एवढा सुगावा गावाला लागू दे, तुला बोलवण्यावर बोलवणी येतील. प्रत्येक हायस्कुलात जायला हवंस तू. अमेरिकेपासून आपण काय काय शिकवण्यासारखं आहे, ते खेड्यापाड्यातून आलेल्या त्या मुलांना नीट समजावून सांगायला हवं, फार जरुरी आहे रे अशा गोष्टींची !''

"पण मला इतका वेळ कुठाय आजोबा ?''

"म्हणजे ?''

"संध्याकाळच्या गाडीनं परत जाणार आहे मी मुंबईला !''

दादा आश्चर्यानं त्याच्याकडं पाहतच राहिले. अमेरिकेहून परत आलेला नातू आपल्याला भेटायला येतो काय, आणि आल्या पावली परत जाणार म्हणतो काय ! त्यांना कशाचा काही अर्थ कळेना. त्यांच्या मनातली सारी अनामिक रुखरुख जागी झाली. पण तिच्याकडं लक्ष न देता हसण्याचा प्रयत्न करीत त्यांनी विचारलं.

"मुंबईला नोकरीबिकरी शोधतोहेस का ?''

"छे ! मला फक्त महिन्याची रजा मिळाली आहे. तेवढ्यात सारी कामं आटोपून परत जायचं म्हणजे-''

दादांना पुढं काय बोलावं हे कळेना. मात्र एक गोष्ट त्यांना तीव्रतेनं जाणवली. आपण लहानाचा मोठा केलेला, 'आजोबा मला रामाची गोष्ट सांगा. आजोबा, मला कृष्णाची गोष्ट सांगा.' असा हट्ट करणारा दिलीप हा नव्हे. याच खोलीत खिडकीपाशी अभ्यास करीत बसणारा हायस्कुलातला दिलीपही हा नव्हे. दिलीप मुंबईला शिकायला गेला तेव्हापासून त्याच्यात नि आपल्यात दुरावा निर्माण झाला. सुट्टीचे दिवस या कुग्रामात काढणं त्याला कठीण वाटू लागलं. तो सुट्टीत चार दिवस राहायला येई; पण

लगेच कुठल्यातरी सुखवस्तू चुलत मामाकडं, नाही तर मावसमावशीकडं जाण्याची ओढ लागे. अमेरिकेला गेल्यावर तो आपल्यापासून अधिकच दूर गेला, दुराव्याची दरी रुंद झाली. आपलं लौकिक नातं कायम आहे; पण दोन मनांचा मिळून जो एक सुंदर गोफ विणलेला असतो तो कधीच उलगडून गेला आहे. त्याचा पदर नि पदर निराळा झाला आहे.

खिन्न मनानं ते काही क्षण तसेच उभे राहिले. मग मोठ्या कष्टानं त्यांनी स्वतःला सावरलं. कपाट उघडून आपल्या स्नेह्यांच्या मुलीचा फोटो दिलीपच्या हातात देत ते म्हणाले, 'जरा हा फोटो पाहून ठेव. तुला सांगून आलेली मुलगी आहे ही ! दहा मिनिटांत मी तुझ्यासाठी चांगला चहा बनवितो. मी पूर्वीसारखा फक्कड चहा करतो का म्हातारपणामुळं मला जमेनासं झालंय, हे मला तू सांगायला हवस हं.''

आतल्या खोलीत जाऊन दादांनी शेगडीवर चहाचं पाणी ठेवलं. आधण येताच एखाद्या यंत्राप्रमाणं त्यांनी चहा-साखर पाण्यात टाकली. त्यांचे हात सवयीनं सारं काही बरोबर करीत होते. पण मन मात्र सुन्न झालं होतं. दिलीप आणि आपण त्यांच्यामध्ये पसरलेल्या भयंकर दरीचा ते पुनःपुन्हा विचार करीत होते. तो पलीकडच्या खोलीत बसला असला

तरी मनानं आपल्यापासून फार फार दूर गेला आहे असं त्यांना सारखं वाटत होतं. त्यांच्या डोळ्यापुढे एक चित्र उभं राहिलं-बारा महिने भरपूर पाणी असलेली एक नदी. तिच्या एका काठावर एक चिमुकलं खेडं दुसऱ्या काठावर दुसरं छोटं खेडं. पण नदीवर भरभक्कम पूल आहे. त्यामुळे ऐन पावसाळ्यातसुद्धा तिकडली माणसं इकडं आणि इकडली माणसं तिकडं जात-येत राहतात. पण एके दिवशी पूर्वी कधी न आलेला महापूर येतो. तो पूल कोसळतो वाहून जातो. त्या दोन तीन खेड्यांचं दळणवळण तुटतं. एरवी जुळी वाटणारी ती खेडी; पण त्यांच्यात कसलंही नातं उरलं नाही.

चहाचे दोन पेले घेऊन ते बाहेर आले. दिलीपच्या हातात त्यांनी एक पेला दिला. दुसऱ्या पेल्यातला एक घुटका घेऊन त्यांनी दिलीपला विचारलं, ''फोटो पाहिलास ना ? एका देशभक्ताची मुलगी आहे ही. माझ्याबरोबर हिचे वडील तुरुंगात होते. आपल्या कुटुंबाला मदतही केली आहे त्यांनी. बिचारी पोरकी झाली आहे आज ! फोटो आवडला का तुला ? पोरीचा गळा मोठा गोड आहे हं ! 'वंदे मातरम्' काय सुरेख म्हटलंन म्हणतोस ! ते ऐकताना माझं तरुणपण परत आलं. माझ्या मातृभूमीसाठी वाटेल ते दुःख सोसायला मी तयार आहे असं देवाला सांगावंस वाटलं. तुला हा फोटो पसंत असला तर दररोज घरात ते सुरेख 'वंदे मातरम्' ऐकण्याची सोय होईल माझी.''

दिलीपनं चहा कसाबसा संपविला. मग तो घुटमळत म्हणाला, ''मुलगी तशी चांगली आहे. पण-'' क्षणभर तो थांबला. मग मनाचा निश्चय करून म्हणाला, ''माझ्याबरोबर अमेरिकेत यायला तयार असलेली बायको हवी आहे मला. मुंबईच्या पत्रात तशी जाहिरात देऊन आलोय मी.''

दादा मोठ्या हुरूपानं म्हणाले, ''ही मुलगी येईल की तुझ्याबरोबर. खूप धीट झाल्या आहेत हं हल्लीच्या मुली !''

''मला नुसती बरोबर येणारी मुलगी नको. माझ्याबरोबर तिकडं कायम राहणारी-''

दादा स्तंभित होऊन उद्गारले, ''कायम राहणारी म्हणजे !''

''मी अमेरिकेतच कायम राहणार आहे आजोबा. तिथं पगार भरपूर. वर चढण्याची संधी पुष्कळ. लाईफ मोठं मजेदार "Oh ! What a beautiful country !"

दादा काकुळतीला येऊन म्हणाले, ''अरे, हा तुझा देश ! हा देश मोठा करायचा तुम्ही. तू मोठा झाल्यावर-'' दादांच्या गळ्यात अचानक हुंदका उभा राहिला.

''तुझ्याविषयीची किती किती स्वप्नं मी मनात रंगविली होती!'' असं काही तरी त्यांना म्हणायचं होतं; पण त्यांच्या तोंडातून शब्द बाहेर फुटेना.

दिलीप त्यांच्याकडं रोखून पाहात म्हणाला, ''मोर किती सुंदर नाचतो हे आंधळ्याला सांगता येईल का ? तसंच आहे हे. तिकडचं लाईफ तुम्हा लोकांना कळायचं नाही. तिथं माझ्या बुद्धीला अवसर आहे. माझ्या प्रतिष्ठेला शोभेल असा पगार आहे. सारी सुखं हात जोडून पुढं उभी आहेत. या तुमच्या भिकार देशात आमच्यासारख्या तरुणांची दहा टक्के स्वप्नं तरी खरी होण्याचा संभव आहे का ?''

दादा दिङ्मूढ झाले. त्यांचे हातपाय थरथरू लागले. आपल्याला दिलीपचा राग आलाय की आपल्यापासून त्याला दूर नेणाऱ्या अनामिक राक्षसी शक्तीची आपल्याला भिती वाटते आहे हे त्यांना कळेना.

खुर्चीवरून उठत दिलीप म्हणाला, ''संध्याकाळी भेटून जाईन मी तुम्हाला आजोबा !'' दादांच्या उत्तराची वाट न पाहता तो खोलीबाहेर पडला.

अंगणात होणाऱ्या त्याच्या बुटांच्या खाड खाड आवाजानं दादा आपल्या विषण्ण मन:स्थितीतून जागे झाले. जबर जखमी झालेला मनुष्य मूर्च्छेतून सावध झाल्यावर त्याला वेदनांची जशी तीव्र जाणीव होते तशी त्यांची स्थिती झाली. आपल्या काळजात कुणी सुयांवर सुया टोचीत आहे असं त्यांना वाटू लागलं. त्यांनी आपलं डोकं गच्च दाबून धरलं. लगेच त्यांना गांधीजींचं ते पत्र आठवलं. ते कपाटाकडे गेले; ते पत्र घेऊन खाटेवर येऊन बसले. ते वाचता वाचता त्यांच्या डोळ्यांतून घळघळ पाणी वाहू लागलं. ते कंपित स्वरानं उद्गारले. ''बापू, बापू, तुमचं हे यज्ञकुंड विझत चाललंय ! काय करू मी ! बापू, तुमचं हे यज्ञकुंड विझत चाललंय !''

देवदूत

▼▼▼▼▼▼▼▼▼▼▼▼▼▼▼▼▼▼▼▼▼▼▼▼▼▼

माणसाच्या धंद्याचा त्याच्या स्वभावावर परिणाम होतो असे मला वाटते. माझे हे विधान ऐकून अनेकांस हसू येईल-त्यांच्यापैकी महाभारत वाचलेली मंडळी मला खाटकाची गोष्ट सांगू लागतील. खाटकाचा धंदा करीत असूनही ब्रह्मज्ञान सांगणाऱ्या त्या सद्गृहस्थाविषयी मला आदर आहे हे मीही कबूल करतो. महाभारत लिहिणाऱ्या व्यासाच्या कल्पनेचे कौतुक करूनही मला असे म्हणावेसे वाटते, की तिने निर्माण केलेला धर्मशील खाटीक ही अद्भूतरम्य व्यक्ती आहे; तुमच्या आमच्या जगात नेहमी आढळणारी व्यक्ती नव्हे !

असल्या बाबतीत शेरभर कल्पनेपेक्षा गुंजभर अनुभव अधिक श्रेष्ठ असतो हे कोण नाकबूल करील ? माझीच गोष्ट पाहा ना ! कॉलेजातल्या वादविवाद-स्पर्धेत मी चुकूनसुद्धा तोंड उघडले नव्हते. ज्यांचा आपल्या आयुष्याशी काही संबंध नाही अशा विषयांवर शिरा ताण ताणून बोलणारे विद्यार्थी पाहिले, की मला मोठा अचंबा वाटे. प्रतिभा आणि वेड ही सख्खी भावंडे आहेत ही उक्ती वक्तृत्वाच्या बाबतीतसुद्धा खरी आहे असे मी त्यावेळी मनाचे समाधान करून घेत असे हा भाग निराळा. पण माझ्यासारखा साळसूद मनुष्य पुढे कोर्टात वितंडवाद करीत बसेल किंवा लहान-सहान गोष्टीत आपलाच हेका चालवील असे भविष्य वर्तविण्याची छाती त्या वेळी कुणालाही झाली नसती!

भविष्याला अदृष्ट म्हणतात ते काही उगीच नाही. बी.ए. झाल्यावर प्रोफेसर होऊन एकशेचाळीस एके एकशेचाळीस करीत बसण्यापेक्षा, कोकणातल्या एका लहान गावातली मामांची वकिली चालविणेच मला फायदेशीर होईल असे घरातल्या मंडळींना वाटले. मलाही ते पटले. हो,

माणसांचे मतभेद होतात ते काव्याच्या बाबतीत-अंकगणिताच्या नाही ! मामांना त्या लहानशा गावी दरमहा तीनशे रुपये मिळत होते. त्यामुळे मी एम.ए.च्या संस्कृत पुस्तकाची रजा घेऊन 'रोमन लॉ'च्या मागे हात धुऊन लागलो.

एल्. एल्. बी. होईपर्यंत मी पूर्वीसारखाच अबोलका, कुणाच्याही अध्यामध्यात न पडणारा, आगीत तेल ओतण्यापेक्षा पाणी ओतणे बरे असं मानणारा होतो. पण मामांच्या जोडीने कोर्टात मी पहिली केस चालवायला उभा राहिलो मात्र, बुद्धाने कालिकेचा अवतार धारण करावा तशी माझी पाच वर्षांत स्थिती झाली. मानवी जीवन हा एखाद्या ऋषीचा आश्रम नसून दारुचा गुत्ता आहे, हा अनुभव वकिलीइतका जगात दुसऱ्या कोणत्याही धंद्यात येत नसेल ! आजच्या जगातले मनुष्याचे बाहेरचे मन हे सुशोभित केलेल्या दिवाणखान्यासारखे दिसते. त्यात मधूनमधून उच्च विचारांची सुंदर चित्रे लावलेली असतात. गोडगोड शब्दांच्या फुलांनी फुललेली पुष्पपात्रे टेबलावर हसताना दिसतात, आदरसत्काराचे मऊ मऊ कोच सर्वांचे स्वागत करीत असतात; पण दिवाणखान्याच्या मागच्या बाजूला असलेल्या अडगळीच्या खोलीची कडी काढली की तिच्यात कोळिष्टके, जळमटे, रिकाम्या बाटल्या, मोडक्या खुर्च्या, फुटकी भांडी आणि वर्तमानपत्रांच्या जुन्या अंकांची रद्दी याशिवाय जसे दुसरे काही दिसणे शक्य नाही. त्याप्रमाणे माणसाच्या आतल्या मनात काम, लोभ, मत्सर इत्यादी विकारांच्या विपरीत लिलांखेरीज दुसरे काहीच आढळत नाही. निदान फौजदारी वकिलाच्या नजरेत तरी ते भरत नाही !

बोलता बोलता किती वाहवलो मी ! धंद्याचा माणसावर परिणाम होतो तो असा ! वकिलाने कैफियत द्यायला सुरुवात केली नि ती थोडक्यात आटोपली असे कधी तरी झाले आहे का ? परवाची आमची लायब्ररीची सभा लढविण्याची इच्छा माझ्या मनात उत्पन्न का झाली आणि शेवटी वार्षिक उत्सवाकरिता कॉम्रेड घाटे यांनाच आणायचे कसे ठरले, एवढेच सांगणार होतो मी. पण-

धंद्याने माणसाचा स्वभाव अजिबात बदलतो याचा पुरेपूर अनुभव आला मला त्या दिवशी. मी कार्यकारी मंडळाचा सभासद म्हणून सभेला हजर राहिलो होतो एवढेच. वार्षिक समारंभाकरिता पाहुणा म्हणून कुणाला आणायचे यासंबंधाने जी चर्चा चालली होती तिच्याकडे माझे

मुळीच लक्ष नव्हते. मी कुठल्याशा मासिकाचा नवा अंक चाळीत होतो.

मी काहीच बोलत नाही असे पाहून बावडेकरांनी माझ्या हातातला अंक खसकन् ओढून घेतला आणि तो टेबलावर फेकीत ते म्हणाले,

"तुमचं मत द्या ना."

"कशाविषयी ?"

"यंदाच्या वार्षिक समारंभाचे सेक्रेटरी होणार आहात तुम्ही ! नि पाहुणे कोण आणायचे याविषयी आम्ही अगदी हातघाईवर आलो तरी तुम्ही आपले..."

मी चटकन टेबलावरची यादी पुढे ओढून तिच्यावर नजर फिरविली. पहिले नाव आमच्या शेजारच्याच संस्थानच्या दिवाणांचे होते; आणि शेवटचे नाव-

क्षणभर मीसुद्धा चकित झालो.

कॉ. घाटे !

परवाच्या मुंबई संपाच्या हकीकतीत हे नाव वारंवार चमकत असे. त्यावेळी घाटे मूळचे इथल्याच जवळच्या खेड्यातले असून इंग्रजी चौथी-पाचवीपर्यंत ते बावडेकरांच्या बरोबरच होते ते मला कळले होते.

हां हां म्हणता युद्धाचे स्वरूप माझ्या लक्षात आले. कार्यकारी मंडळातल्या बुद्रुक लोकांना संस्थानच्या दिवाणांना आणायचे होते. उलट बावडेकरांसारख्या तरुण सभासदांना त्याचा डाव हाणून पाडावयाचा होता, म्हणून तर त्यांनी घाटे हे नाव सुचविले होते.

दोन्ही पक्षांची मते सारखी होत होती. माझे मत ज्या बाजूला पडेल तोच यशस्वी होणार हे उघड होते. म्हाताऱ्या मंडळींनी घाट्यांची अकारण निंदा करायला सुरुवात केली. कॉम्रेड, रशिया, लेलिन, स्त्री-पुरुषसंबंध आणि पेला-पाणी-न्याय, एक ना दोन, हजारो गोष्टींचा उच्चार केला त्यांनी ! कॉलेजात असताना असले भांडण माझ्यासमोर सुरू झाले असते तर मी तिथून मुकाट्याने उठून गेलो असतो. पण आता मात्र माझ्यातला वकील जागृत झाला. मी बावडेकरपक्षाला मिळालो आणि कॉ. घाटे हेच आमच्या उत्सवाचे पाहुणे ठरले.

❂

समारंभाचे सेक्रेटरी या नात्याने मी घाट्यांना जे पत्र लिहिले त्यात, "मातृभूमीचे हे आमंत्रण तुम्ही स्वीकारलेच पाहिजे." असे लिहिले होते.

पहिल्या बाबतीत त्यांना माझे म्हणणे पूर्णपणे मान्य होते. मला उत्तर पाठविताना त्यांनी लिहिले होते-

''कामांची गर्दी असूनसुद्धा तुमचे निमंत्रण मी आनंदाने स्वीकारतो. तुमचे पत्र वाचल्याबरोबर माझ्या डोळ्यांपुढे माझे बालपण उभे राहिले. ती इंग्रजी शाळा, त्या शाळेतल्या निरनिराळ्या मास्तरांच्या गमती-आमच्या संस्कृतच्या मास्तरांना कोटाच्या वरच्या खिशात भाजलेले शेंगदाणे ठेवून, 'हरे: हर्यो: हरीणाम' असे म्हणत म्हणत ते तोंडात टाकायची सवय होती. एके दिवशी स्वारी कुणातरी मुलाला चोप द्यायला वाकली नि खिशातले शेंगदाणे नळाला एकदम पाणी यावे तसे बाहेर पडले. अंगणातले दाणे वेचायला चिमण्यांनी पटकन पुढे यावे त्याचप्रमाणे दोन-चार धीट मुले ते शेंगदाणे वेचायला आपल्या जागेवरून उठलीसुद्धा!

कुणीकडे वाहवलो मी ! नाही ? नदीच्या पाण्याबरोबर वाहत जाताना मनुष्याला विलक्षण आनंद होतो ना ? बालपणच्या आठवणींबरोबर वाहत जातानाही तशाच गुदगुल्या होतात.

तुमच्या आमंत्रणाला नकार देणे अगदी अशक्य होते मला ! तुमच्या गावाजवळच जांभळी म्हणून एक खेडेगाव आहे ना, तिथेच माझे सारे बालपण गेले. तिथले ते कमळांनी फुलणारे सुंदर तळे, काजूंनी खुलणारी टेकडी, ते ब्रह्मेश्वराचे भव्य देवालय हे सारे पुन्हा पाहायला मिळणार म्हणून मला खरोखरच फार आनंद झाला आहे.''

भाई लोकातही कवी असतात असे वाचता वाचता माझ्या मनात आल्यावाचून राहिले नाही. पण घाट्यांनी आमचे निमंत्रण स्वीकारले असले तरी आपण कुठे उतरणार यासंबंधी पत्रात काही खुलासा केला नव्हता.

माझे वकिली डोके हां हां म्हणता चालू लागले. मला वाटले कॉ. घाट्यांना समारंभाचे मुख्य पाहुणे म्हणून आणण्यात आम्ही ज्यांच्यावर मात केली होती त्यांच्यापैकी कोणीतरी आमच्यावर सूड उगविण्याकरिता घाट्यांना आमच्या आधीच आपल्या घरी आमंत्रण देऊन ठेवले असावे ! त्यांच्यापैकी घाटे कुणाकडे उतरले तर-छे ! तसे होणे हा आमचा उघड उघड पराजय होता.

मी व बावडेकर या दोघांनी मिळून घाट्यांना पुन्हा पत्र पाठवले. पत्रात बावडेकर व ते एका वर्गात होते या गोष्टीवर आम्ही मुद्दाम जोर दिला. शेवटी काही झाले तरी घाट्यांनी आमच्या दोघांपैकी कोणाच्यातरी

घरी उतरलेच पाहिजे अशी काकुळतीने विनंती करण्यात आली.

या विनंतीचा घाटे अव्हेर करणार नाहीत अशी माझी खात्री होती, म्हणून त्यांचे उत्तर मी मोठ्या उत्सुकतेने उघडले.

पण पत्रातला मजकूर वाचून मी स्तंभितच झालो.

घाटे माझ्याकडे उतरणार नव्हते-बावडेकरांकडे उतरणार नव्हते-गावातल्या दुसऱ्या कोणत्याही प्रतिष्ठित मनुष्याकडे उतरणार नव्हते ! त्यांनी पत्रात लिहिले होते, "मी एका देवदुताकडे उतरणार आहे."

त्यांनी उतरायला फार मोठा यजमान शोधून काढला होता ! त्याचे नाव वाचताना माझी हसता हसता पुरेवाट झाली.

आबा गुरव.

जांभळीचा देवदूत, जांभळीच्या परमेश्वराचा गुरव !

या गुरवाच्या घरी उतरण्याची घाट्यांना का लहर आली हे मला काही केल्या कळेना. घाट्यांचे बालपण जांभळीत गेले असेल, त्या वेळी ते ज्या नातेवाईकाकडे राहात होते त्याचे बिऱ्हाड आज जांभळीत नसेल, आबा गुरवाची नि त्यांची त्या वेळची खूप ओळख असेल-म्हणून काय ज्या समारंभाचा मी सेक्रेटरी होतो, त्याच्या मुख्य पाहुण्याने एका गुरवाच्या घरी उतरायचे ?

आबाची मूर्ती माझ्या डोळ्यापुढे उभी राहिली. ब्रह्मेश्वराच्या उत्सवाला मुलांच्याकरिता म्हणून तरी मला जावेच लागे. त्या वेळी मी आबाच्या हातात नारळ देई. पाठीला पोक आलेले त्यांचे कृश शरीर देवापुढे नारळ ठेवून गाऱ्हाणे घालू लागले की, ते अधिकच कृश दिसू लागे. गाऱ्हाण्यातले तेच तेच ठराविक शब्द नाकातून उच्चारताना, नारळ फोडून त्याचे अर्धे भक्कल, निर्माल्य व अंगारा यांच्यासह पदरात टाकताना आणि देवळात वावरताना आबाकडे कुणीही पाहिले तरी त्याला एक निस्तेज चेहऱ्याचा म्हातारा यंत्राप्रमाणे आपले काम करीत आहे असेच वाटत असे. त्याची बायको, एकुलता एक मुलगा आणि त्याने पाळायला घेतलेली एक मुलगी ही खरी तेरा-चौदा वर्षांपूर्वीच्या प्लेगात दगावली होती. त्यामुळे तो एकटाच देवळाजवळच्या आपल्या घरात राही. लहर येईल तेव्हा पेज-भात काहीतरी करून भुकेची वेळ निभावून नेई आणि उरलेला वेळ एखाद्या भुताप्रमाणे देवळाभोवताली भटकण्यात घालवी. अशा मनुष्याच्या घरी घाट्यांनी उतरणे म्हणजे

जाणूनबुजून आपले हाल करून घेण्यासारखे होते.

म्हणून मी पुन्हा त्यांना आग्रहाचे पत्र लिहिले.

पण त्यांनी उत्तर पाठवले-

''यावेळी एका दिवसापेक्षा मला अधिक सवड नाही. या एका दिवसात आबाच्या सहवासात मला जेवढा वेळ घालविता येईल तेवढा मी घालविणार आहे !''

माझ्या मनात आले-या भाई लोकांना वेडे म्हणतात ते खोटे नाही. कदाचित हा कॉ. घाटे यांचा स्टंटही असेल ! हे भाई म्हणजे गरिबांचे कैवारी ना ? तेव्हा घाट्यांनी आपण किती तत्त्वनिष्ठ आहोत हे दाखविण्याकरिताच आबा गुरवाच्या घरी उतरायचे ठरविले असावे !

आबा गुरव यजमान आणि कॉ. घाटे त्याचे पाहुणे !

नुसत्या कल्पनेने मला हसू आले ! तसे पाहिले तर या दोघांत काय साम्य होते ? आबाने जन्मात गुडघ्याखाली जाणारा पंचा नेसला नसेल ! आणि घाटे तर सुटाबुटाशिवाय पाऊलही उचलीत नसतील ! आबा तोंडात पाणी न घालता उपास करणारा तर मटण नसले तर ज्यांना जास्त जेवण जात नाही त्या पंथाचे घाटे अनुयायी असण्याचा संभव ! आणि हे सर्व विरोध डोळ्याआड केले तरी आबासारख्या जन्मभर अंधश्रद्धेने देवाची पूजा करणाऱ्या अशिक्षित गुरवाच्या सहवासात घाट्यांसारख्या नास्तिक आणि विचारी मनुष्याला कसला आनंद मिळणार ?

✿

हा प्रश्न एकसारखा माझ्या मनात घोळत असतानाच व्याख्यानाचा दिवस आला. घाटे आले. शिष्टाचार म्हणून जांभळीला आबा गुरवाच्या घरी त्यांना पाहिले मात्र, त्याच्या निस्तेज डोळ्यात पाणी उभे राहिले.

तिसऱ्या प्रहरी घाट्यांना व्याख्यानाला नेण्याकरिता मी पुन्हा आबाच्या घरी गेलो. आबा चहा करीत होता. एका कळकट भांड्यातला तांबडालाल असा तो चहा कान फुटक्या पेल्यातून घाटे मिटक्या मारीत पीत होते. मला मात्र त्याचा एक घोट घेताच अगदी शिसारी आली.

''कसा झालाच चहा ?'' आबाने घाट्यांना विचारले.

''फक्कड ?'' ते उत्तरले. ''त्या रात्रीच्या चहाची आठवण झाली मला अगदी !''

घाटे हसले. आबाही हसला.

रात्रीचा चहा ? हे काय गौडबंगाल आहे ते मला कळेना. घाटे लहानपणी जांभळीत होते तेव्हा रात्री-अपरात्री ते या गुरवाच्या घरी येत असले पाहिजेत एवढे या संभाषणावरून उघड होत होते. अपरात्री देवळाकडे येण्याचे काय कारण असावे ? काही भानगड-

माझ्यातला फौजदारी वकील जागृत झाला होता. मला वाटले, या गुरवाची नि घाट्यांची दोस्ती काही भानगडीमुळेच झाली असावी नाहीतर एवढा मोठा झालेला हा माणूस असल्या अडाणी माणसाच्या घरी मुद्दाम कशाला उतरेल ? आणि उतरला तरी चिखलातल्याप्रमाणे दिसणाऱ्या चहाची 'फक्कड' म्हणून स्तुती कशाला करील ? व्यसनातली मैत्री हीच खरी मैत्री असे आमच्या बारमधील एक वृद्ध वकील नेहमी म्हणत. त्यांच्या या वाक्याची आठवण होऊन माझे मन म्हणू लागले, या दोघांच्या आपलेपणाच्या मुळाशी असेच काहीतरी काळेबेर असले पाहिजे.

❀

घाट्यांचे निम्मे व्याख्यान ऐकेपर्यंत हा विचित्र संशय माझ्या मनात दबा धरून बसला होता. पण पुढे मात्र मी स्वत:ला विसरून गेलो. त्यांच्या बोलण्यात बुद्धीमत्ता, तळमळ आणि उदात्तपणा यांचा असा काही सुंदर संगम झाला होता, की या मनुष्याच्या हातून आयुष्यात एखादी वाईट गोष्ट घडली असेल असे मनात आणण्याचीसुद्धा मला लाज वाटू लागली. आंब्याच्या झाडाला कधी कवंडळे लागली आहेत का?

व्याख्यान संपल्यावर घाट्यांना आमच्या आबाच्या घरी पोचविण्याकरिता मी त्यांच्याबरोबर निघालो. ते फार दिवसांनी दिसलेले कोकणचे सायंकालीन सृष्टिसौंदर्य निरखून पाहात होते. पण माझे गोंधळलेले मन मात्र कशातच रमत नव्हते. शेवटी मी धीर करून म्हटले, "एक प्रश्न विचारू का आपल्याला ?"

माझ्याकडे हसून पाहात ते म्हणाले, "अजून व्याख्यानाचाच विचार करताय वाटतं तुम्ही ?'

मी नकारार्थी मान हलवली.

"मग ?" त्यांनी प्रश्न केला.

मी चाचरत विचारले, "आबा गुरवाचा नि तुमचा इतका स्नेह कसा जमला ?"

ते मध्येच उद्गारले, "कसा ? आबा माझा गुरु आहे !"

एक अडाणी गुरव आणि तो एका प्रसिद्ध समाजवाद्याचा गुरु- मला खरेच वाटेना हे ! माझ्या मुद्रेवरले आश्चर्य घाट्यांच्याही लक्षात आले असावे ! ते म्हणाले, "ही सतीची जागा आहे ना, तिथं पाच मिनिटं बसू या ! म्हणजे लहानपणीसारखं गार वाऱ्यात बसता येईल नि तुम्हाला हवी असलेली गोष्टही सांगता येईल ?"

मी या वाटेने अनेकदा गेलो होतो. पण तो चौथरा बांधलेली जागा सतीची आहे याची मला मुळीच कल्पना नव्हती.

त्या चौथऱ्याजवळ बसता बसता माझ्या मनात दोन शब्द राहून राहून डोकावू लागले-

'सती ! आबा !'

इतक्यात घाट्यांनी आपली गोष्ट सांगायला सुरुवात केली-

"माझे आईबाप अगदी लहानपणी वारले. माझे एक दूरचे नातेवाईक जांभळीत त्या वेळी राहात होते. त्यांनी मला इथे आणलं.

त्यांच्याकडे दोन-तीन गावाचं भटपण असे. ही सारी भिकीक्ष सांभाळायला मदत म्हणून त्यांना कोणी तरी मनुष्य हवंच होतं. सहाव्या वर्षी माझी मुंज करून त्यांनी मला भिक्षुक केलं.

भिक्षुकी करीत करीतच मी मराठी इयत्ता पुऱ्या केल्या. झालं एवढं शिक्षण पुरं झालं असं माझ्या पालकांचं मत होतं; पण मला मात्र आपण इंग्रजी शिकावं, कुठं तरी मामलेदार नाही तर मुन्सफ व्हावं असं फार फार वाटत होतं. शेवटी भिक्षुकी नसेल त्या दिवशी शाळेला जायला मिळेल या अटीवर मला त्यांनी जवळच्या गावच्या इंग्रजी शाळेत घातलं. माझा पंचा, माझी शेंडी, माझी भिक्षुकी या साऱ्याची त्यावेळी इतकी थट्टा झाली म्हणता!"

या आठवणीने घाटे हसले. मीही हसलो, पण पुढची हकीकत ऐकायची उत्सुकता असल्यामुळे मी तोंडातून चकार शब्दसुद्धा काढला नाही.

घाटे पुढे सांगू लागले-

"वर्षातले निम्मे दिवस शाळा चुकली तरी वार्षिक परीक्षेत माझा पहिला नंबर येत असे. हा क्रम तीनचार वर्ष चालला. मग मात्र शाळा चुकवून नंबर वर राहणं शक्य नाही हे मला कळून चुकलं. शाळा चुकविण्याऐवजी मी भिक्षुकीच चुकवू लागलो.

पण माझ्या पालकांना हे पसंत पडणं शक्य नव्हतं. शेवटी मी इंग्रजी शिकावं का भिक्षुकी करावी हे ठरविण्यासाठी देवाला प्रसाद

लावायचं त्यांनी ठरवलं. सत्यनारायण, व्रत-वैकल्य, नवस इत्यादिकांचे संस्कार माझ्या मनावर लहानपणापासूनच अखंड झाले होते. आबा गुरवाच्या अंगात अवसर आला म्हणजे तो घुमत घुमत ज्या ज्या गोष्टी सांगे, त्या त्या गावकरी निमूटपणे मान्य करितात हे पाहिल्यापासून देव आणि आबा गुरव या दोघांच्याही विषयी माझ्या मनात विलक्षण श्रद्धा उत्पन्न झाली होती.

माझ्या पालकांनी आबाला प्रसाद लावायला सांगितलं. उजवीकडलं तुळशीचं पान पडलं तर मी भिक्षुकी करायची आणि डावी-कडलं पान पडलं तर मी इंग्रजी शिकायचं असं ठरलं.

माझ्या दुर्दैवानं उजवीकडलं पान खाली पडलं. त्यावेळी मला ते दुर्दैव वाटलं हं ! आता नाही तसं वाटत.

मी निराश होऊन घरी परत आलो. कोपऱ्यात बसून तास दोन तास रडलो.

रात्री अंथरुणावर पडलो. पण काही केल्या झोप येईना ! राहून राहून मनात येई की, मी इंग्रजी शिकलो तर देवाचं काय बिघडणार आहे ? बाकीची मुलं नाही का इंग्रजी शिकत ?

शेवटी एक कल्पना माझ्या मनात आली. देव प्रसाद देताना चुकला असावा ! त्याला पुन्हा प्रसाद लावून पाहिला तर ?...

मी धडपडतच अंथरुणावरून उठलो. घरात कुणालाही कळू नये म्हणून चोरपावलांनी बाहेर पडलो आणि अंधारातच देवळाच्या वाटेने चालू लागलो.

देऊळ जसजसं जवळ येऊ लागलं तसतशी एक शंका माझ्या मनात पुन:पुन्हा येऊ लागली, प्रसाद लावायला गुरव हवा होता. तो या वेळी कुठून जागा असणार ?

लगेच वाटलं, आपण स्वत:च प्रसाद लावला तर ? जवळच्या तळ्यात बुडी मारली आणि ओलेत्यानं गाभाऱ्यात जाऊन-

काय करावं हे मला सुचेना. मी देवळापाशी गेलो तेव्हा सभामंडपात कुणीतरी फिरत आहे असा मला भास झाला. भुताच्या कल्पनेनं माझ्या अंगाचा थरकाप झाला. दीपमाळेच्या आड उभा राहून धडधडणाऱ्या अंत:करणानं मी निरखून पाहिलं.

तो आबा गुरव होता ! मला विलक्षण आनंद झाला. आपण

आबाचे पाय धरू, त्याला देवाला प्रसाद लावायला सांगू, देव आपल्याला हवा तोच प्रसाद देईल.

आनंदानं धावतच मी सभामंडपात गेलो. माझी चाहूल लागताच आबानं दचकून वर पाहिलं. मी जवळ जाताच तो म्हणाला,

"पोरा, चूडबीड न घेता अंधारातनं आलास ?"

"हो !"

"पायाबुडी काही मिळालं असतं म्हणजे ?"

"या त्रासातून सुटलो तरी असतो !"

जवळ येऊन माझ्या पाठीवरून हात फिरवीत आबा म्हणाला,

"असं वेडंबिद्रं बोलू नये पोरा ! अजून सारा जन्म जायचाय तुझा !"

"भिक्षुकी करण्यात !" मी एकदम बोलून गेलो.

दुपारच्या प्रसादाची आठवण होऊन आबा हसला. मी त्याचा हात धरून त्याला म्हटलं,

"आबा, माझं एक काम करशील ?"

त्यानं मानेनं 'हो' म्हटलं,

"आत्ताच्या आत्ता प्रसाद लाव देवाला !"

"काय म्हणून ?"

"मी इंग्रजी शिकू की नको म्हणून ?"

"तुझ्या मनात काय आहे ?" त्यानं विचारलं.

"शिकायचंय !"

"मग मुकाट्यानं शिकायला लाग ?"

"पण देवाचा प्रसाद-दुपारी देवानं नको म्हणून सांगितलंय की ?"

आबा विकटपणानं हसला. त्या भयंकर हास्याचा अर्थच मला कळेना!

माझा हात हातात धरून त्यानं मला गाभाऱ्यात नेलं आणि देवाकडं रोखून पाहात तो म्हणाला, "पोरा, हा देव खरा आहे म्हणून कुणी सांगितलं तुला ?"

आबाला वेडबीड तर लागलं नाही ना, अशी शंका माझ्या मनात येऊन गेली.

त्याला अडविण्याकरिता मी मुद्दाम म्हटलं, "आबा, तुझ्या अंगात वारं येतं नि देव बोलतो ! होय ना ?"

"ते सारं खोटं आहे !"

"खोटं ?"

"हो खोटं ! पोरा, जगात पोटासाठी नाही नाही ती सोंगं करावी लागतात ! माझं सोंगही त्यातलंच आहे. माझ्या अंगात देव येत असता तर-तर माझी बायको-पोरं अशी तडफडत मेली असती का ? पोरा या देवाचा प्रसाद घ्यायला तू आला आहेस ! पण हा किती खोटं बोलतो हे सांगू का तुला ? माझी बायको प्लेगनं आजारी पडली तेव्हा तीर्थ देऊ की डॉक्टर आणू म्हणून मी देवाला प्रसाद लावला. देवानं तीर्थ घ्यायला सांगितलं !

त्याच्या तीर्थानं बायको मेली-मुलगा तसाच मेला-पाळायला घेतलेली दुसऱ्याची पोर-तीही तशीच मेली. तिन्ही वेळा या देवानं मला पस्ताविलं. गावात ज्यांनी डॉक्टर आणला त्यांची माणसं बचावली आणि देवावर भारंभार लादला त्यांची माणसं !"

आबाला पुढे बोलवेना. त्याच्या डोळ्यांतून घळघळ पाणी वाहू लागलं.

मी त्याला सभामंडपात घेऊन आलो. थोड्या वेळानं शांत होऊन तो म्हणाला,

"पोरा, कौल देवाला लावायचा नसतो ! स्वत:च्या मनाला. तुला शिकावसं वाटतंय ना ? मग देवाच्या बापाचंसुद्धा भय न बाळगता तू शिकायला जा. खूप खूप शीक नि लोक असल्या देवाच्या नादाला लागणार नाहीत असं काहीतरी कर !"

लगेच त्यानं मला आपल्या घरात नेलं आणि पुरचुंडी करून ठेवलेले पंचवीस रुपये माझ्या हातात ठेवून तो म्हणाला, "हे घेऊन अस्साच्या अस्सा चालायला लाग. मुंबईला जा, काम कर, भीक माग, काहीही कर-पण शिकायचं मात्र सोडू नकोस !"

ते पंचवीस रुपये आणि एक कंदील घेऊन मी मध्यरात्री त्याचा निरोप घेतला. तेव्हा तो वात्सल्यानं म्हणाला,

"पोर घर सोडून जायला लागलं की बायका माणसं त्याच्या हातावर दही घालतात, पण माझ्यासारख्या फटिंगाच्या घरात दही कोठून असणार ? थांब मी तुला चहा करून देतो !"

त्यानं त्या मध्यरात्री माझ्यासाठी मुद्दाम केलेला तो चहा अगदी कडवट होता; पण त्यानं माझं तोंड अगदी गोड केलं ! देवळाकडे जाताना मी आंधळा होतो; पण आबाचा निरोप घेऊन गाव सोडून जाताना माझे डोळे पुरे उघडले होते. बारा वर्षांपूर्वी मी पहिल्यांदा मुंबईला गेलो तेव्हा मोठा संप सुरू होता.

❀

समोरून येणाऱ्या मनुष्याकडे पाहात मी म्हटलं, "आबाच येतोय वाटतं तुम्हाला शोधायला."

आम्ही दोघेही जवळ येणाऱ्या आबाच्या आकृतीकडे पाहू लागलो. सायंकाळच्या मंदमधूर आकाशातून कुणी तरी देवदूतच पृथ्वीवर उतरत आहे असा ती आकृती पाहून मला भास झाला.

❀ ❀

शिष्याची शिकवण

समोर शांत समुद्र हसत होता. वाळूवर बसलेल्या विनायकराव मास्तरांच्या हृदयात मात्र वादळ थैमान घालीत होते. आकाशाचा प्रवास करून तांबडा लाल झालेला सूर्य अंगाचा दाह शांत करण्याकरिता समुद्रात बुडी मारण्याच्या बेतात असल्यामुळे मास्तरांच्या दृष्टीसमोरील पाणी सोन्यासारखे दिसू लागले होते; पण त्यांच्या हृदयात अंधार माजला होता. त्या अंधारात त्यांना आपल्या आयुष्याचा गेला अकरा वर्षांचा चित्रपट दिसू लागला. खदखदा हसणाऱ्या लाटा, भुरूभुरू उडणारे तुषार व झुळूझुळू वाहणारा वारा यांच्या मुग्धमधुर संगीताकडे लक्ष न देता एकामागून एक झरझर चमकून जाणारे आपल्या आयुष्यातील प्रसंग पाहाण्यात ते गढून गेले.

पहिला प्रसंग जवळजवळ अकरा वर्षांपूर्वीचा होता. आपण पदवीचे पेढे शेजाऱ्यापाजाऱ्यांना दिले. त्यापैकी प्रत्येकाने 'आता वकील होणार ना ?' 'सरकारी नोकरीत शिरलात तर दहा वर्षांनी आमच्याच तालुक्यात मामलेदार होऊन याल. आतापासूनच तुम्हाला रावसाहेब म्हणायला लागलं पाहिजे' इत्यादी गुदगुल्या करणारे प्रश्न विचारून तोंडात पेढे पडल्याचे सिद्ध केले. पगडी, टुमदार बंगला व पट्टेवाला यांची स्वप्ने त्यावेळी आपणाला पडली नाहीत असे नाही; पण-

जागृत अवस्थेत अवघ्या दोन-तीन महिन्यांपूर्वी सासरी जाणाऱ्या मुलीप्रमाणे जड अंत:करणाने आपण ज्याचा निरोप घेतला होता ते आपले मातृविद्यालय समोर दिसू लागले. रँग्लर परांजपे, हरिभाऊ लिमये, वासुदेवराय पटवर्धन यांच्या संमिश्र स्वराने ते प्रश्न करी, वेड्या विनायका, आज चार वर्ष जे माझ्या छत्राखाली वाघिणीचं दूध प्यायलास

ते मेंढराप्रमाणे नोकरीचा मार्ग चोखाळण्याकरताच का ? टिळक, आगरकर, गोखले हे काय हायकोर्टाचे न्यायाधीश, संस्थानचे दिवाण अगर सरकारी विद्यालयाचे मुख्याध्यापक होऊ शकले नसते ? तो मखमलीचा मार्ग सोडून हा काटेरी रस्ता त्यांनी का पत्करला हे तुला कळत नाही ? गुरूंची पवित्र परंपरा पुढे चालवल्यावाचून शिष्याला त्याच्या ऋणातून मुक्त होता येत नाही. पर्वतावर पर्जन्यवृष्टी होते ती केवळ त्यांच्यावरली राने हिरवी राखण्याकरता नव्हे, तर पर्वतांनी खाली पसरलेल्या प्रदेशाला सुपीक करावे म्हणून. मग तू नोकरीच्या पाशात अडकणार की शिक्षणाचे निशाण फडकवणार ? फर्ग्युसन विद्यालयाचे विद्यार्थी सुखाच्या नोकऱ्या शोधण्यात व करण्यात दंग होऊन गेले, तर त्या विद्यालयाभोवती खडा पहारा करणाऱ्या आपटे, आगरकर प्रभृतींच्या आत्म्यांना काय वाटेल ?

या विचारांनी मोहांध होऊ लागलेल्या आपल्या डोळ्यांत अंजन पडले व आपल्याच गावातील इंग्रजी शिक्षणाची उणीव दूर करण्याच्या कामाला आपण स्वतःला वाहून घेतले.

दुसरा प्रसंग दिसू लागला. लवकरच तीन इयत्तांची शाळा आपण सुरू केली. पहिल्याच दिवशी २०-२५ मुले शाळेत दाखल झाली. पहिला प्रश्न आपण ज्या मुलाला विचारला त्याचे नाव राजाध्यक्ष होते. खरेच या राजाध्यक्ष शब्दावर आपण एकदा अशी कोटी केली हाती की, यात जुन्या राज्यपद्धतीप्रमाणे राजाही आहे व नव्या राज्यपद्धतीप्रमाणे अध्यक्षही आहे. काय बरे त्या राज्याध्यक्षाचे नाव ? मधुच असावे ! हो, मधुसूदनच ! दुसरा मध हा अर्थ घेऊन आपण असेसुद्धा म्हणालो की आपल्या देशाला मधुसूदन पाहिजेत; मधुकर नकोत.

हा मधु राजाध्यक्ष तालुक्याच्या गावातील शाळा सोडून आपल्या नव्या शाळेत आला होता. आपण त्याला विचारले, 'तू या शाळेत का आलास ?' त्या मुलाने चटकन उत्तर दिले, 'ही माझी शाळा आहे म्हणून.' 'माझी शाळा' किती सुंदर काव्य या दोन शब्दात भरले होते !

मधु आता बी.ए. च्या वर्गात असेल नाही ? बापाची बदली झाल्यामुळे सहावीतून तो गेला. तेव्हापासून त्याची आपली गाठ नाही, पण 'माझी शाळा' हा त्याचा स्फूर्तिदायक मंत्र आपण अजून विसरलो नाही.

या चित्रामागोमाग अनेक लहान-मोठी चित्रे वावटळीत भिरभिरणाऱ्या पानांप्रमाणे विनायकरावांच्या आंतदृष्टीपुढून गेली. आपल्याबरोबरचे कुणी

अव्वल कारकून झाले, कुणी इन्स्पेक्टर झाले, कुणी वकील झाले. त्यांच्यापैकी प्रवासात कुणी भेटला तर तो दुसऱ्या वर्गात बसायचा, आपण तिसऱ्या वर्गाने प्रवास करायचा ! आपल्या गावात त्यांच्यापैकी कुणी आला की त्याची ऊठ-बस करायला गावातील शिष्ट मंडळी एका पायावर तयार ! पण आपण तापाने फणफणत असताना कुळाची चौकशी करायला त्यांच्यापैकी एकाचेही पाऊल आपल्या घराकडे कधी वळले नाही. या व अशा प्रकारच्या गोष्टीचे वैषम्य न मानता आपण शाळेची वाढ करण्याकरिता जिवाचे रान केले. धूमकेतूच्या शेपटामुळे लोक त्याच्याकडे कुतूहलपूर्वक पाहात असले, तरी ध्रुवच अढळ असतो या विचाराने आपले समाधान होत असे.

तिन्हीच्या पाच व पाचाच्या सात इयत्ता झाल्या. पण शाळेच्या इयत्तांबरोबर तिचे शत्रूही वाढले. एका कज्जेदलालाच्या मुलाची मोफत शिकवणी आपण नाकारली म्हणून तो रागावला. त्याने शाळेशी वैर सुरू केले. कलेक्टर आले, त्या वेळी त्यांच्याबरोबर आपल्यालाही हार घातला नाही म्हणून रागावलेला व्यापारी, शाळेला काथ्याचे पायपुसणे देऊन त्याच्याबद्दल अहवालात आभार मानले नाहीत म्हणून डोक्यात राख घालणारे जमीनदार इत्यादी मंडळी त्याला सामील झाल्यामुळे ही आग पसरत चालली., शेवटी...शेवटी !

हे चित्र पाहताना विनायकरावांच्या अंगावर काटा उभा राहिला. दोन दिवसांपूर्वी; द्वेषाने शाळेला लावलेली आग, त्यांनी व त्यांच्या विद्यार्थ्यांनी झटपट विझवली असली तरी तिच्यात त्यांचे मन होरपळून निघाले होते. समुद्राच्या शीतल सहवासातही त्या आगीच्या आठवणीने त्यांच्या अंगाचा संताप होऊ लागला.

त्यांचे चवताळलेले मन म्हणू लागले.

"फुकट, फुकट या कृतघ्न लोकांसाठी तू आपल्या रक्ताचे पाणी केलेस. यांच्या मुलांना तू शिक्षणामृत पाजलेस. पण ते तुझ्याविषयी विषच ओकीत आहेत. सरस्वतीचा वरदहस्त आपल्या गावावर असावा म्हणून तू धडपडलास ! पण तुझे पाय मागे ओढण्यापलीकडे त्यांनी काहीच केले नाही. सापाला दूध पाजीत बसण्याचा मूर्खपणा करीत बसण्यात काय हशील आहे ? ते इमानी कुत्र्यांना घाल अगर स्वत: पिऊन टाक. या शाळेत मोह सोडून बाहेर जा. लाथ मारशील तिथे पाणी काढशील तू !"

ही विचारसरणी त्यांच्या द्विधा झालेल्या मनालाही क्षणभर कशीशीच वाटली ! पण लोकांच्या कृतघ्नपणामुळे क्षुब्ध झालेल्या मनाला शांत करणारा एकही निस्सीम स्नेहाचा बिंदू त्यांना सापडेना. आज दोन दिवस शाळा पुढे सुरू ठेवावी की बंद करावी या विचारात ते होते. आज शाळेला आग लावली. उद्या शिक्षकांपैकी एखाद्याला मारहाण करतील हे लोक ! शाळा बंद पडल्यावाचून या लोकांना शाळा असल्याचे सुख समजायचे नाही. आपले काय, दहा वर्ष खडकावर बी पेरले असेच म्हटले.

पण आपल्या हाताने आपण स्थापलेली संस्था बंद करणे हे आपल्या हाताने प्रिय अपत्याच्या शवाला अग्नी देण्याइतकेच असह्य असल्यामुळे त्यांचा कुठलाही ठाम विचार ठरेना. त्यांनी एक दीर्घ सुस्कारा सोडला व समोरच्या लाटांकडे दृष्टी फेकली. मघाशी त्यांनी वाळूचे एक लहानसे घर बांधले होते. पण आता लाटांच्या तडाख्यात सापडून ते नामशेष झाले होते. त्यांच्या मनात आले-मनुष्याचे मनोरे ह्या वाळूच्या घरासारखे नाहीत काय ? दैवाच्या लाटेपुढे कुणाचाच टिकाव लागत नाही. मग भलताच अभिमान धरून इथे राहण्यात काय शहाणपणा आहे ? करावी शाळा येत्या जूनपासून बंद आणि ठोकावा या कृतघ्न लोकांना कायमचा रामराम ! बहिऱ्यापुढे केलेल्या गाण्याचा शेवट स्वतःचा घसा कोरडा होण्यातच व्हायचा.

त्यांनी खिशातून एक कागद काढला. क्षणोक्षणी स्पष्ट होत जाणाऱ्या संधिप्रकाशात शाळा बंद करण्याविषयी आपल्या सहकाऱ्यांना उद्देशून जे विनंतीपत्रक काढावयाचे होते, त्याचा नमुना त्यांनी तयार केला. त्यांना वाटले-शाळेच्या या मृत्युपत्राला मावळता संधिप्रकाशच योग्य आहे. 'या चिटोऱ्यात माझ्या दहा वर्षांच्या मनोरथांची माती मात्र आढळेल.' असे पुटपुटत निवलेल्या कपाळाने पण पेटलेल्या अंतःकरणाने त्यांनी घरचा मार्ग धरला.

❀

घरी येऊन पाहतात तो कुणाचीशी तार दत्त म्हणून उभी ! गावातल्या उपदव्यापी मंडळीने शिक्षणखात्याकडे काही खोटे अर्ज पाठविले होते, त्या संबंधाची तर ही तार नसेल ना, अशी शंका मनात येऊन गेली. कापऱ्या हाताने त्यांनी तार फोडली. व पुढील मजकूर वाचला-'मधू फार आजारी आहे. ताबडतोब निघा.-राजाध्यक्ष.' मघाशी ज्याची आपणाला आठवण झाली होती तोच हा मधुसूदन राजाध्यक्ष असे तारेच्या नावावरून त्यांना वाटले. पण आपणाला बोलावण्याचे कारण त्यांच्या लक्षात येईना. आपण

काही विलायतेतून आलेले एम.डी. डॉक्टर नाही की आजारी मनुष्याच्या कुटुंबियांकडून आपल्याला तारा याव्यात. विनायकराव 'संभ्रमात' पडले, पण त्यांचे प्रेमळ हृदय त्यांना त्या तारेकडे कानाडोळा करू देईना. शाळेची तीन-चार दिवसांची तात्पुरती व्यवस्था करून ते राजाध्यक्षांकडे जायला निघाले.

✿

मधु भ्रमात बडबडत होता 'To be or not to be-The quality of memory' हे भाग विनायकराव मास्तरनी आम्हाला किती चांगले शिकविले होते. नाहीतर आमचे प्रोफेसर मोने! विनायकरावांच्या पासंगाला तरी लागतील का? अन् संस्कृत शिकवावे तर विनायकराव मास्तरांनीच. किती श्लोक अर्थासकट म्हणून दाखवू बोला? एक हजार की दोन हजार! नाही तर कॉलेजातली पोपटपंची! गाडी आपली ठरलेल्या चाकोरीतून जायची.

मधूचे हे भ्रमातील उद्गार ऐकून विनायकरावांच्या डोळ्यांत टचकन् पाणी आले. मधु सारखा बडबडत होता. नुकत्याच झालेल्या बी.ए.च्या परीक्षेतले इंग्रजी उतारे त्याने धडाधड म्हटले. मध्येच तो व्याख्यान दिल्यासारखे काही बोलू लागला. शेवटी पुन्हा तो मूळ पदावर आला-'मी वकील व्हावे म्हणतेय आई? खोटे कधी बोलू नये म्हणून लहानपणी, आई, तूच मला शिकवलेस; अन् आता वकील व्हायला तूच मला सांगतेस! विनायकराव मास्तरांचा शिष्य नुसत्या पैशाच्या मागे कधीच लागणार नाही. ते काही नाही, मी मास्तर होणार, विनायकराव मास्तरांच्या शाळेत मी मास्तर होणार, त्यांनी आम्हाला शिकविले आहे-'Not failure but low aim is a crime'

'घन तिमिराहुनि चमक विजेची विरल बरी क्षणभरी ।

हृदया, उच्च ध्येय मनि धरी'

आपल्या खड्या आवाजात मधु या ओळी पुन्हा तालावर म्हणू लागला. मास्तरांचे अंतःकरण भरून आले. आपले बी खडकावर पडले नाही, ते नंदनवनात रुजले आहे. आपल्या दुधापैकी काही जरी सापाच्या वाट्याला गेले असले, तरी काही गरुडाच्या पिलांच्या पोटात गेले आहे. शिपाईप्याद्यांच्या व लब्धप्रतिष्ठितांच्या चेहऱ्यावर आपल्याला स्थान मिळत नसले, तरी ते तरुणांच्या हृदयात मिळाले आहे. त्यांचे अंतःकरण उचंबळून आले. त्यांचे गहिवरलेले मन म्हणाले, 'शाळा बंद करायची! ती का म्हणून? मधुसारख्या मुलांच्या अंतःकरणांना वळण

लावायचं सोडून कुठं तरी पैशाचं पोळं साचवीत नि जगाला नांग्या मारीत बसायचं ? छे: छे: ! गीता टाकून देऊन जमा-खर्चाच्या चोपड्या

चाळीत बसण्याचा वेडेपणा कोण करील ?

मास्तरांनी आपल्या डोळ्यातले अश्रू पुसले. मधुची स्थिती पाहून ते रडत असावेत, असे मधूच्या वडिलांना वाटले. मास्तरांनी खिशात हात घालून एक कागद काढला. ते त्याचे तुकडे तुकडे करू लागले. मधुला मधून मधून शुद्धी येत असे. या वेळी असाच तो एकदम सावध झाला. मास्तरांना पाहून तो आदराने म्हणाला, ''मास्तर, तुम्ही केव्हा आलात ? नि हे तुकडे कसले करता आहा ?''

मास्तरांनी शांतपणाने उत्तर दिले. ''बाळ मी आपल्या शाळेच्या मार्गातील मोठी धोंड दूर करीत आहे. आपली शाळा अखंड चालावी म्हणून मी या कागदाचे तुकडे करीत आहे.''

आगीला भिऊन मास्तर पळून गेले. आता शाळा लवकरच बंद पडणार, अशा मनोराज्यात मास्तरांचा विरोधी पक्ष गर्क होता. इतक्यात नवीन वर्षी शाळेत आणखी एक पदवीधर शिक्षक येणार असून ते शाळेचे माजी विद्यार्थी आहेत, अशी बातमी विद्यार्थी उत्सुकतेने एकमेकांना सांगू लागले.

❀ ❀

तेरड्याची फुले

डॉक्टर जागे झाले तेव्हा उन्हं चांगली वर आली होती. ते अगदी गडबडून उठले. पलंगासमोर आरशात दिसणाऱ्या स्वतःच्या गोंधळलेल्या मुद्रेकडे पाहताच त्यांचे त्यांना हसू आले. जवळ जवळ तीस वर्षांपूर्वीची आठवण झाली त्यांना-

रात्री 'राजापूरकर नाटक मंडळी'च्या तुकारामाला गेलो होतो आपण! रंगपंचमीमुळे दुसऱ्या दिवशी सकाळची शाळा होती. पण आपल्याला इतकी गाढ झोप लागली, की आठ वाजेपर्यंत आपण डोळेच उघडले नाहीत आणि मग वर्गात पाऊल टाकताना आपली जी काही तिरपीट उडाली-!

डॉक्टरांनी पलीकडच्या खोलीत जाऊन गरम पाण्याचा नळ सोडला आणि तोंड धुण्याला सुरुवात केली. दात घासताना त्यांचा ब्रश जसा लीलेने खाली-वर फिरत होता, त्याचप्रमाणे त्यांचे मनही भूतकाळात स्वैर वावरत होते.

त्यांचे मन म्हणत होते. मघाशी डोळे उघडल्यावर ऊन्हं दिसताच आपण किती दचकलो! शाळेत जाणाऱ्या मुलाला उशीर झाला, की मास्तरांचे भय वाटावे हे स्वाभाविकच आहे. पण पंधरा वर्षे प्रॅक्टीस करून लोकप्रिय झालेल्या डॉक्टरला सरकारने परवाच रावबहादुर केलेल्या डॉक्टरला-उशिरा उठल्याबद्दल इतकी चुळबूळ का लागावी ? रोग्यांना घटकाभर दवाखान्यात तिष्ठत राहावे लागले, तर लागले ! त्यात काय एवढे मोठे बिघडते!

परोपकारी डॉक्टर म्हणून आपला लौकिक नसता, आपल्या हातगुणावर शेकडो लोकांची श्रद्धा बसली नसती, इतरांनी असाध्य ठरविलेले क्षयाचे रोगी आपण बरे केले नसते, तर आपल्या दवाखान्यात लोकांची एवढी गर्दी उसळलीच नसती ! लोहचुंबकाजवळ लोखंड येते

हा काही लोखंडाचा गुण नाही. त्याचे सारे श्रेय लोहचुंबकालाच आहे !

मग उठायला थोडासा उशीर झाला म्हणून एवढे घाबरण्याचे आपल्याला काय कारण होते ? कधी काळी वाचलेल्या मानसशास्त्राची आठवण असणारे डॉक्टरांचे मन म्हणाले, 'लहानपणाचे संस्कार माणूस विसरत नाही हेच खरे.'

ब्रश सेल्युलॉइडच्या सुंदर वेष्टनात ठेवता ठेवता डॉक्टरांना आपल्या लहानपणाच्या दंतधावनाची आठवण झाली. त्या वेळी आपण शेणीच्या राखुंडीने दात घाशीत असू. 'चार आण्यात चार हजार रुपये' नावाचे शंभर उद्योगधंदे शिकविणारे एक चोपडे कुठून तरी आपल्या हाती लागले. त्यात दंतमंजन या सदराखाली बदामांच्या टरफलांच्या साली मिळवायच्या कशा हा त्या वेळी आपल्यापुढे मोठा प्रश्न येऊन पडला. शेवटी भीत भीत एका दुकानात आपण बदामांच्या सालींचा दर विचारला.

एका गुजराथ्याचे किराणामालाचे दुकान होते ते. हसत उत्तरला, ''अरे बाबा बदामाच्या साली खाऊन कुणी लठ्ठ होत नाही ! त्याला बदामच खावे लागतात.''

आपण शरमून त्या दुकानातून पळ काढला.

या आठवणीने डॉक्टरांना मोठ्या गुदगुल्या झाल्या. त्यांच्या डोळ्यांपुढे पाचही मुलांचे निरनिराळ्या कंपन्यांचे ब्रश, प्रत्येकाची निरनिराळी रंगीबेरंगी पेस्ट जणू काही नाचत गेली. रात्री थंडीतून कुडकुडत घरी येणाऱ्या मनुष्याला पहाटे जाग आल्यावर मऊ रंगाच्या उबेत जे विलक्षण समाधान वाटते, तेच या वेळी डॉक्टर अनुभवीत होते.

चहा घेता घेता त्यांनी टपाल चाळायला सुरुवात केली. औषधांच्या कंपन्यांची पत्रके त्यांनी न पाहताच बाजूला लोटली नि वैद्यकीय मासिकाचा अंकही न उघडताच पलीकडे ठेवला.

मात्र हाताने या गोष्टी करीत असताना त्यांच्या मनात विचार येत होते-पंधरा वर्षांपूर्वी डॉक्टर झालो तेव्हा औषधाचे प्रत्येक पत्रक आपण किती आस्थेने वाचत होतो-वैद्यकीय मासिके वाचून टिपणे करण्याचा आपला क्रमसुद्धा तीन-चार वर्षे कदाचित पाच वर्षे सुद्धा असेल. अगदी अव्याहत सुरू होता. पण पुढे धंदा आणि संसार यांच्या कात्रीत आपले बेत सापडले. दुपारी दोन दोन वाजेपर्यंत कॉफीच्या एक-दोन पेल्यावर काम करीत राहायचे !

घरी आल्यावर बायकामुलांबरोबर हसत-खेळत चार घटका घालविल्या नाहीत तर ते घर कसले ? तीन बाळंतपणानंतर बायकोला पंडुरोगाची लक्षणे दिसू लागली; तेव्हा तिला घेऊन दररोज संध्याकाळी फिरायला जाणे प्राप्तच झाले. मुले मोठी होऊन शाळेत जाऊ लागली. त्यांच्या अभ्यासाकडे नजर ठेवली नाहीतर डॉक्टरांच्या मुलांच्यावर कंपाऊंडर व्हायचीच पाळी यायची ! तेव्हा-

आपल्या स्वतःच्या या वकिलीवर बहोत खूष होऊन डॉक्टर पत्रे वाचू लागले. रावबहादूरकी मिळाल्यापासून त्यांच्या टपालात बरीच वाढ झाली होती. पहिली तीन-चार पत्रे अशीच अभिनंदनाची होती.

पाचवे पत्र-खेड्यातल्या त्यांच्या कारकुनाचे होते ते.

"गावातल्या बऱ्याच जमिनी सध्या स्वस्तात मिळण्यासारख्या आहेत. मुंबईला गेलेले लोक काम नसल्यामुळे घरी पैसे पाठवू शकत नाहीत. सावकार तर एकसारखे तगादे करीत आहेत. अशा स्थितीत पुष्कळ कुळे आपल्या जमिनीचे लहान लहान तुकडे विकायला तयार होतील. तरी रक्कम तयार असू द्यावी. हळूहळू सारे गाव आपले करायला ही सोन्यासारखी संधी आहे."

पत्र वाचताना डॉक्टरांच्या मुद्रेवर आनंदाच्या छटा नाचत होत्या. गावात घर नाही आणि रानात शेत नाही अशा स्थितीतून आपण किती वर आलो ? एका जिल्ह्याच्या गावात आपला भव्य बंगला आहे. गावाजवळ क्षयरोगाकरिता बांधलेल्या आपल्या मालकीच्या दहा-बारा पर्णकुटिका आहेत. खेड्यातली निम्मी जमीन तर आपलीच झाली आहे, उरलेली निम्मी-

धाकटी रतन 'पपा, पपा' म्हणून धावत आत आली नसती तर डॉक्टर या स्वप्नात किती वेळ गुंगत राहिले असते कोणास ठाऊक !

रतन पपांची फार लाडकी होती. तिला उचलण्याकरता डॉक्टर उठले तोच ती आपले हात पाठीमागे लपवून म्हणाली,

"काय आहे माझ्या हातात ?"

"चॉकलेट !"

"ऊं ऽ हूं ऽ !"

"टॉमच्या तोंडातलं बिस्किट ?"

"इश्श ! फुलं आहेत !"

"गुलाबाची ?"

"मुळीच नाहीत. ही फुलं किनई मोठ्ठी गंमतीची आहेत. दररोज रंग बदलतो बघा त्यांचा !"

रतनने दोन्ही मुठी उघडून त्या डॉक्टरांच्या पुढे धरल्या. डॉक्टरांना हसू आवरेना. तेरड्याची फुले खुडून आणली होती पोरीने ! त्यांना वाटले कवी 'रम्य ते बालपण' म्हणतात ते काही उगीच नाही !

वडिलांच्या कमरेला विळखा घालीत रतन म्हणाली, 'पपा या फुलांचे रंग कसे हो बदलतात ?'

रतनला वनस्पती शास्त्र कसे समजून सांगावयाचे हे कोडे डॉक्टर मनातल्या मनात सोडवू लागले. इतक्यात आतून रतनच्या आईची हाक आली. लगेच हरिणीसारखी धावत गेली ती !

पण रतन गेली तरी तिचे शब्द डॉक्टरांच्या कानात घुमतच होते.-'या' फुलांचे रंग कसे हो बदलतात ?

❀

अजून काही पत्रे वाचायची राहिलीच होती. डॉक्टरांनी त्यातले वरचेच पत्र उचलले.

पत्र फोडून पहाताच जवळ जवळ दचकलेच ते. मग मात्र त्यांना हसू आले. पत्र मोडीत होते. मोठ्या कष्टाने त्यांनी खालची सही लावली-

भीमराव नरसिंह चामुंडी

गृहस्थाचे नाव भीमराव, त्याचा बाप नरसिंह, आडनाव चामुंडी !

कित्येक मोठ्या माणसांना खुनाच्या धमकीची पत्रे येतात !

तशातले तर हे पत्र नसेल ना अशी विनोदी शंका डॉक्टरांच्या मनात येऊन गेली. त्यांनी डोक्याला खूप ताण देऊन पाहिला. पण चामुंडी महाशयांचे नाव काही केल्या त्यांना आठवेना.

पत्रातल्या मजकुरावरून डॉक्टरांची स्मृती कदाचित जागृत झाली असती; पण खालची सही लावतानाच त्यांना इतका त्रास झाला की, वरचा मजकूर लावण्यापेक्षा इसवीसनापूर्वीचा एखादा शिलालेख लावणे अधिक सोपे आहे अशी कल्पना त्यांच्या मनात चमकून गेली. विश्रांतीच्या वेळी मालनचे मोडी पुस्तक घेऊन त्यांच्या सहाय्याने या पत्राचे वाचन करायचे असे त्यांनी ठरविले.

पुढचे पत्र त्यांनी उघडले. कुठल्याशा संस्थेने रावबहादूर झाल्याबद्दल त्यांचे अभिनंदन केले होते. अभिनंदनावर त्यातला मजकूर संपला असता, तर डॉक्टरांची त्या संस्थेबद्दलची सहानुभूती कायम राहिली असती.

डॉक्टरांना वाटले, संस्थांची पत्रे विंचवासारखी असतात. त्यांचे विष शेपटात असते.

त्या पत्राचे शेपूट म्हणत होते. "एक हजार रुपये देऊन रावबहादुरांनी आमच्या संस्थेचे आश्रयदाते होण्याची कृपा करावी."

त्या पत्राचे तुकडे तुकडे करून टाकीत असताना डॉक्टर मनात म्हणत होते-'आश्रयदाते व्हा ! आणखी काय करा ! आज मिळणारे चार पैसे असे फुंकून बसलो, तसे म्हातारपणी आम्हाला कोण आश्रय देणार ? एक नाही दोन नाही चांगल्या चार मुली आहेत माझ्या गळ्यात ! रस्त्यावरच्या चोराच्या गळ्यात काही बांधायच्या नाहीत त्या ! एकेकीला उजवायला पाच-पाच हजार रुपये तरी हवेत ! नाही का!'

डॉक्टरांनी पुढचे पत्र उचलले. अक्षर पाहताच ते चपापले. सावकाश वाचले तरी हरकत नाही अशा भावनेने त्यांनी ते क्षणभर बाजूला ठेवलेही ! पण पुन्हा लगेच ते पत्र त्यांनी हातात घेतले आणि ते फोडून वाचायला सुरुवात केली-

पत्राच्या प्रत्येक ओळीबरोबर त्यांच्या कपाळावर एकेक आठी चढत होती. पत्र वाचून होताच 'पैसे काही झाडाला लागत नाहीत!' असे उद्गार काढून त्यांनी ते टेबलावर फेकून दिले.

पण त्या पत्राने त्यांच्या मनात मोठी खळबळ उठविली असावी. त्यांनी ते पत्र पुन्हा उचलले, उघडताच त्याची गुंडाळी केली आणि अंगठ्याच्या आणि त्याच्या जवळच्या बोटात ते धरले.

क्षणभर थांबून त्यांनी ते पुन्हा टेबलावर ठेवले.

त्यांच्या मनात सारखी रस्सीखेच सुरू झाली होती. दोन हजार रुपये द्यायचे!

पण ते काही रस्त्यावरच्या अनोळखी माणसाला द्यायचे नाहीत. ज्या उदार पुरुषाच्या सहाय्याने आपल्याला डॉक्टर होता आले, त्याची पत्नी त्या रकमेची मागणी करीत आहे.

दोन हजार रुपये तिला दिले तर खेड्यातल्या जमिनीचा सौदा लांबणीवर टाकावा लागेल. कदाचित त्या जमिनी दुसराच कुणी तरी घेऊन जाईल.

छे! उपकाराची फेड करायला तरी काही काळवेळ आहे की नाही!

पण तिने बिचारीने तरी काय करावे? नवरा अकाली वारला उदार मनामुळे राहत्या घराशिवाय त्याने मागे काहीच ठेवले नव्हते. आपण प्रथम थोडी मदत केली. पुढे शिवणकाम करून बाईही पोट भरू लागली. पण त्यावेळी गुडघ्याला लागणारी तिची मुलगी आता गळ्याला लागली आहे. चांगल्या स्थळी तिला द्यायची म्हणजे कमीत कमी दोन हजार रुपये तरी हवेत!

बाईच्या दृष्टीने तिचे बरोबर आहे. तिची एकुलती एक मुलगी आहे ती! पण आपल्याला चार मुली आहेत. हा डॉक्टरीचा धंदासुद्धा जीव खाणारा! केव्हा एखाद्या रोगाच्या संसर्गाने राम म्हणायची पाळी येईल याचा नेम नाही!

क्षयरोग्याकरिता आपण इतक्या चांगल्या झोपड्या बांधल्या! पण अलिकडे त्या सगळ्या भरतसुद्धा नाहीत.

टेबलावरच्या पत्राकडे पाहात डॉक्टरांनी मनात ठरविले-पाचशे रुपये पाठवून आपण आपल्या ऋणातून मोकळे व्हावे म्हणजे झाले! मग ती बाई नि तिची मुलगी काय वाटेल ते करू देत.

टेलिफोनची घंटा खणखणू लागली.

डॉक्टरसाहेब फोनवरून बोलू लागले-

''कोण नगरशेठ बोलताहेत ? हो, मी डॉक्टरच आहे फोनवर !''

''तिसरी स्टेज आहे म्हणता ?''

''छे छे ? पैशाचा प्रश्न नाही हो ! तुमच्यासारख्या स्नेह्याचे आप्त म्हणजे आमचेही आप्तच की ! आताच कॉटेजमध्ये नेऊन ठेवतो त्यांना ! खर्च काही फार नाही. महिना शंभर रुपये.''

डॉक्टरांनी लगबगीने पोषाख केला आणि खिडकीतूनच ड्रायव्हरला गाडी पोर्चमध्ये आणायला सांगितले. ते भरभर जिन्याच्या पायऱ्या उतरून खाली येऊ लागले. तोच खालच्या पायरीशी कुणीतरी उभे आहे असे त्यांना दिसले. आकृतीवरून तो कोणीतरी परका मनुष्य आहे हे त्यांनी ओळखले. त्यांच्या मनात शंका येऊन गेली कुणी चोरबीर तर नसेल ना ? पण दिवसाढवळ्या !

किंचित दरडावणीच्या स्वरात त्यांनी प्रश्न केला,

'कोण आहे ?'

'मी एक रोगी आहे.'

'दवाखान्यात जाऊन बसा.'

'पण साहेब-'

इतक्यात डॉक्टर त्या मनुष्याजवळ जाऊन पोचलेसुद्धा. त्यांनी त्याच्या चेहऱ्याकडे पाहिले मात्र त्यांच्या सराईत दृष्टीने लगेच ओळखले. आपल्यापुढे एक क्षयरोगी उभा आहे आणि वीसबावीस वर्षांपेक्षा त्याचे वय काही अधिक नाही.

डॉक्टरांच्या मनात करुणेची लाट उचंबळली. पण लगेच आपल्याला जायची घाई आहे या विचारावर आपटून ती फुटूनही गेली.

''दवाखान्यात भेटा मला !''

त्याच्या अंगावरून निघून जाण्याकरिता डॉक्टरांनी पाऊल उचलले, पण त्याच्या विचित्र नजरेकडे पाहताच ते एकदम थबकले.

''मला क्षय झालाय साहेब.''

''वा ! स्वतःच डॉक्टर झालेला दिसतोस तू ! मग इथे रे कशाला आलास ?''

''गरीब आहे मी साहेब ! खूप लोकांनी मला सांगितलं की आपण

फार दयाळू आहात-''

"डॉक्टरांच्या दयेलाही मर्यादा आहेत बाबा!''

हे शब्द बोलताना आज आपल्या हातून पाचशे रुपये जाणार आहेत ही गोष्ट डॉक्टारांच्या डोळ्यापुढे एकसारखी नाचत होती.

"तुमचे पाय धरतो साहेब.''

तो मनुष्य पाय धरण्याकरता खाली वाकला. पण डॉक्टर मोठ्या चपळाईने दूर झाले. त्या मनुष्याचा तोल जाऊन तो जमिनीवर आपटला. त्या धक्क्यानेच की काय त्याला खोकल्याची उबळ आली.

जाता जाता डॉक्टर त्याला उद्देशून म्हणाले, "तुम्हा लोकांना व्यवस्थित राहताच येत नाही कधी. रोग अगदी हाताबाहेर गेला म्हणजे मग लागता धावपळ करायला. जरा चांगलं अन्न खाल्लं असतंस, विश्रांती घेतली असतीस-बाकी तुम्हा लोकांच्या कानी कपाळी ओरडून काही उपयोग नाही. आज एका रोगातून तुम्हाला वाचवलं तर उद्या दुसऱ्या रोगानं मरायला काही कमी करणार नाही तुम्ही?'

आपल्या विनोदाला आपणच हसत डॉक्टर गाडीत जाऊन बसले. गाडी सुरू होताच त्यांनी पाहिले-तो मनुष्य बाहेर येत होता. त्याचे डोळे कसे थिजल्यासारखे दिसत होते.

❀

डॉक्टरांना त्या मनुष्याची उभ्या दिवसात आठवण झाली नाही. नगरशेठच्या त्या आप्ताला कॉटेजमध्ये पोचवून ते दवाखान्यात आले तो तिथे रोग्यांचा नुसता बाजार भरला होता. जुन्या रोग्यांची औषधे चालू ठेवून त्यांनी आपले काम कसेबसे आवरले. रावबहादुरकी मिळाल्याबद्दल त्यांना आज गावातील डॉक्टरांकडून मेजवानी होती. ती मेजवानी, नंतरच्या गप्पा, बिझीकचे डाव, संध्याकाळच्या व्हिजिटस-घरी परत यायला नऊ वाजले रात्री त्यांना!

मात्र अंथरुणावर पडताच सकाळच्या मनुष्याची ती विचित्र कृश मूर्ती त्यांच्या डोळ्यांपुढे उभी राहिली. त्याची ती विचित्र नजरही त्यांना आठवली. तो पाय धरण्याचा प्रसंग-

ते आपल्या मनाची समजूत घालू लागले. असे खूप लोक आपले पाय धरतात. पण ज्याला त्याला आपला संसार आहेच की! झाडांची मुळे जमिनीतला ओलावा शोषून घेणार नाहीत तर ते झाड जगणारच

नाही. तो मनुष्य कदाचित फार गरीब असेल, पण अशी गरीब माणसे जगात काय थोडी आहेत ?

या शेवटच्या प्रश्नाने आपली रुखरुख थांबेल असे त्यांना वाटले होते ! पण हट्ट धरून बसलेले लहान मूल धाकदपटशाने रडायचे राहिले तरी मुसमुसायचे थांबत नाही ! डॉक्टरांच्या अंतर्मनातला अस्वस्थपणाही काही केल्या कमी होईना.

त्यांनी डोळे मिटून झोपण्याचा प्रयत्न केला. लवकरच ते अर्धवट गुंगीतून जागे झाले. कुणीतरी मोठ्याने विचारीत होते- 'गरिबांना काय जगण्याचा हक्क नाही ?'

डॉक्टरांनी डोळे उघडून पाहिले. क्षणभर त्यांच्या अंगावर काटा उभा राहिला. त्यांना वाटले, गरिबाचा जगण्याचा हक्क आपल्यासारखी माणसे नाहीशी करीत असतात. मूठभर लोकांना बंगल्यात राहायला मिळावे म्हणून लाखो लोकांनी खुराड्यात दिवस काढावेत हा काय न्याय झाला ?

लगेच त्यांचा अहंकार उसळून म्हणाला-डॉक्टर म्हणून फी घेणे म्हणजे काही पिळून काढणे नव्हे ! आज मेजवानीनंतर सर्व डॉक्टरांनी आपली किती स्तुती केली ! पंधरा वर्षांपूर्वी आपण धंद्याला सुरुवात केली तेव्हा मोठ्या मोठ्या डॉक्टरांनी असाध्य म्हणून सोडून दिलेली एक क्षयाची केस आपण बरी केली होती ! तिचा सर्वांनी किती आदराने उल्लेख केला. गरीब भिक्षुक होता तो. त्याच्या गाठीला असलेले चार पैसे औषध पाण्यात कधीच खर्च होऊन गेले होते. पण त्या कफल्लक मनुष्याची एखाद्या आप्ताप्रमाणे आपण शुश्रूषा केली. तो बरा झाला. त्याचे नाव-काय बरे त्याचे नाव होते ?

चामुंडी ? हो चामुंडीच !

एकदम डॉक्टरांना आठवण झाली. हुबळी-धारवाडकडल्या खेड्यातला भिक्षुक होता तो. त्याचे ते कानडी सुरातले मराठी बोलणेसुद्धा त्यांना आता आठवले.

चामुंडी !

त्यांना सकाळच्या मोडी पत्राची आठवण झाली. त्या पत्राखाली चामुंडी हेच नाव होते. उठून ते मोडी पत्र वाचावे अशी प्रबळ इच्छा त्यांच्या मनात उत्पन्न झाली.

पण त्यांचे शिणलेले शरीर या वेळी उठायला अगदी नाखूष होते. ते स्वत:शीच हसले ! पंधरा वर्षांपूर्वी असे एखादे पत्र वाचायचे असते तर आपण अंथरुणावरून टुणकन उडी मारून गेले असतो हा विचार त्यांच्या मनात आला. त्यांचे मन म्हणत होते-'यात बिचाऱ्या शरीराचा काय दोष आहे ? पंचविशीतला चपळपणा चाळिशीत कुठून येणार?

पंचवीशी आणि चाळीशी !

किती तरी गमतीच्या कल्पना डॉक्टरांच्या मनात येऊन गेल्या. बाहुली नाही तर मोटार यांच्याशी खेळत खेळत मूल जसे झोपी जाते त्याप्रमाणे या कल्पनांशी खेळता खेळता डॉक्टर घोरू लागले.

❀

दुसऱ्या दिवशी सकाळी ते उशिराच उठले. त्यांना रात्रीसुद्धा त्या विचाराची आठवण झाली. पंचविशीत आणि चाळिशीत इतके अंतर असायचेच !

ते चहा घ्यायला बसले, इतक्यात टपाल आले. त्यांनी औषधांची पत्रके बाजूला ठेवली. 'आरोग्य' मासिकाचा अंकही दूर लोटला.

पहिले पत्र ! अक्षर तर मुळीच त्यांच्या ओळखीचे नव्हते. पण रावबहादूर झाल्याबद्दल अभिनंदनाची किती तरी पत्रे दररोज टपालाने येत होती. त्यांना वाटले-असेल कुणा तरी तोंडओळखीच्या मनुष्याचे अभिनंदनाचे पत्र !

ते पत्र त्यांनी उचलले तोच गणपत गडी धावत धावतच खोलीत आला. त्याची मुद्रा पाहून डॉक्टरांना वाटले रतनने स्टोव्हजवळ बसून भाजण्याबिजण्याची काही तरी भानगड केली असावी !

"काय झालं रे ?" किंचित कापल्या स्वराने त्यांनी प्रश्न केला.

"बागेत एक माणूस मरून पडलाय !"

"आपल्या बागेत ?"

"होय साहेब !"

"तू काय रात्री झोप काढीत होतास ?"

"काल साहेबास्नी भेटायला आला व्हता तो ?"

"काल ?"

"हो साहेब ! अफू खाल्लीन की विष प्याला-"

डॉक्टर धावतच गेले.

बागेच्या एका टोकाला तेरड्यांचा भला मोठा ताटवा होता.

त्याच्याजवळ तो मनुष्य निपचित पडला होता.

डॉक्टरांनी त्याच्या चेहऱ्याकडे पाहिले-तो कालचा क्षयरोगी.

पोलिसांबरोबर प्रेत सरकारी दवाखान्यात पाठवून डॉक्टर वर आले. त्यांचे मन अत्यंत बेचैन झाले होते. आज नाही उद्या तो रोगी मरणार हे उघड होते. पण-

पण तो आज मेला-त्याने आत्महत्त्या केली. या आत्महत्त्येची जबाबदारी-

अस्वस्थ मन:स्थितीत त्यांनी आपले टपाल चाळायला सुरुवात केली.

❀

मघाचे ते पत्र !

त्याच्याखाली सहीच नव्हती. मात्र ते वाचू लागताच त्यांचा चेहरा काळवंडू लागला.

"डॉक्टर,

हे पत्र लिहिणाऱ्याचे नाव तुम्हाला कधीच कळणार नाही. तो एक माणूस होता, याच्यापेक्षा अधिक माहिती हवी तरी कशाला ?

तुम्ही देवमाणूस आहात असे कळल्यामुळे तो मनुष्य तुमच्याकडे प्राणांची भीक मागायला आला. पण भीक ही घेणाऱ्याच्या जरुरीपेक्षा घालणाऱ्याच्या लहरीवर अवलंबून असते, हा अनुभव त्यालाही आला.

तुम्ही म्हणाल, भीक घालण्यालाही मर्यादा असते. दारात येणाऱ्या प्रत्येक भिकाऱ्याला भीक घालता घालता घरमालक भिकारी होऊन जायचा.

पण डॉक्टर, भीक कुणी हौसेनं मागतो का ? दारावर भिकारी ओरडू लागला म्हणजे सुखवस्तू माणसांना त्याचा त्रास होतो. पण समाजात भिकारी का उत्पन्न होतात याचा कोणी विचार केला आहे का?

जाऊ दे ते. चार घटकांनी जग सोडून जाणाऱ्या मनुष्याने जगातल्या गोष्टींची उठाठेव कशाला करावी ?

'मी चांगले अन्न खाल्ले असते, विश्रांती घेतली असती तर मला क्षय झाला नसता' असे तुम्ही काल सांगितलेत. आरोग्यशास्त्राच्या पुस्तकात मीसुद्धा ते पाठ केले होते. परीक्षेत क्षयरोग कसा टाळावा या प्रश्नाचे उत्तर बरोबर देऊन मी दहापैकी दहा मार्क मिळविले होते. पण आयुष्यात मात्र मला तो टाळता आला नाही.

एका हमालाचा मुलगा मी. मराठी शाळेत नंबर वर होता म्हणून इंग्रजी शाळेत गेलो. ओझी उचलून होणारा अंगाचा ठणका विसरण्याकरिता बाप दारू पिई. घरात एका वेळेला पुरतील इतके दाणेसुद्धा प्रसंगी नसत.

पण इंग्रजी शाळेत माझा नंबर पहिला राहू लागला. त्या धुंदीत सात वर्ष एक वेळ थोडी फार-भाकरी खाऊन आणि एक वेळ चहाचा काढा पिऊन मी काढली. मायेचा बाप वारला पण आईने आणि धाकट्या बहिणीने मोलमजुरी करून माझ्या शिक्षणाला मदत केली. स्कॉलरशिप मिळाल्यामुळे मी कॉलेजात गेलो. आईची शक्ती आता संपत आली होती. लवकरच मी बी.ए. होईन, चांगला पगार मिळवीन, आईला सुखात ठेवीन या उमेदीने मी अभ्यासाकरिता जाग्रणे केली.

शेवटी दोन परिक्षा पदरात पडल्या. पुष्कळ दिवस संध्याकाळी अंग गरम होई, खोकला येई, रात्री अंथरुण घामाने भिजून जाई, पण इंटरची परीक्षा होईपर्यंत मी तिकडे लक्षच दिले नाही.

परीक्षा झाल्यावर मात्र माझे हात-पाय चालेनासे झाले. औषधाला तरी कुठले पैसे आणायचे, म्हणून घरगुती औषधे केली. पण रोग वाढतच चालला. माझ्या धाकट्या भावंडांनाही त्याचा संसर्ग होईल की काय, या कल्पनेने मी अगदी भिऊन गेलो. गरीब मनुष्याला ज्ञानाचा फायदा काय तो एवढाच होतो.

धारवाडजवळच्या खेड्यात आईचे एक नातलग आहेत. त्यांच्याकडे हवापालट करायला गेलो. तिथे चामुंडी या आडनावाचे एक भिक्षुक भेटले. त्यांनी तुमचे नाव सांगितले. एक पैसुद्धा न घेता तुम्ही त्यांना कसे बरे केले याचे त्या म्हाताऱ्याने डोळ्यात पाणी आणून वर्णन केले, मी आशेने धावत इथे आलो पण-

रोगाने झिजून झिजून मरायचे म्हणजे आईला आणि भावंडांना अधिक त्रास द्यायचा ! इतक्या लांबच्या वाटेने परलोकचा प्रवास करण्यापेक्षा जवळच्या वाटेने तो पल्ला गाठलेला काय वाईट !

तुम्ही काल म्हणालात तेच खरं ! गरीब माणसं या नाही त्या रोगाने मरायचीच. जगणे हा जसा श्रीमंतांचा हक्क, तसा मरणे हा गरिबांचा हक्क ! होय ना डॉक्टर ?''

तो मनुष्य आपली विचित्र नजर रोखून हा प्रश्न आपल्याला विचारीत आहे असा डॉक्टरांना भास झाला. त्यांना ते पत्र पुढे वाचवेना. त्यांनी ते टेबलावर तसेच ठेवले.

पलीकडेच कालचे ते मोडी पत्र पडले होते.

चामुंडीने पत्रात काय लिहिले आहे हे पाहण्याकरिता डॉक्टरांनी ते उचलले.

मोठ्या कष्टाने त्यांना एवढे शब्द लागले-

"केसरीत रावबहादुर म्हणून आपला फोटो आला तो पाहून या गरीब भिक्षुकाला फार आनंद झाला. आपल्यासारखा परोपकारी डॉक्टर फार फार विरळा. श्री. नरसिंह आपल्याला भरपूर आयुष्य देवो ! पंधरा वर्षांपूर्वी माझ्या सारख्या भिक्षुकाला आपण जीवदान दिलत ! आपल्यासारखी भूतदया-"

डॉक्टरांना तेही पत्र वाचवेना.

भूतदया !

आपल्या स्वभावातली ही भूतदया धावत पुढे गेली होती ? की पंचविशीतला शरीराचा चपळपणा असा चाळीशीत उरत नाही, तशी जीवनकलहात पडण्यापूर्वी मनात असलेली भूतदया पुढे नाहीशी होते ? तेरड्याच्या फुलांचे रंग तीन दिवस टिकतात. माणसाच्या मनाचे रंगही तसेच असतात का ?

इतक्यात रतन 'पपा-पपा' म्हणून स्फुंदत आत आली.

"काय झालं बाळ ?"

"माळ्यानं सारी तेरड्याची फुलं फेकून दिली पपा !"

"देईना ! त्यांचे रंग टिकत नाही बाळ. मी तुला दुसरी चांगली फुलं देईन हं !"

रतन हसू लागली.

तिची हास्यमुद्रा पाहून डॉक्टरांचे गुदमरून गेलेले मन म्हणाले 'देवा, मला दुसरी चांगली फुलं कुठं मिळतील ?'

❀❀

www.ingramcontent.com/pod-product-compliance
Lightning Source LLC
LaVergne TN
LVHW021427240825
819400LV00048B/1070